अकबर बिरबल

मालिका भाग - ४

अशी जिरवली सरदारांची

आणि

इतर कथा

मंजूषा आमडेकर

हे पुस्तक **माझं** आहे

मेहता पब्लिशिंग हाऊस

ASHI JIRAVLI SARDARANCHI ANI ITAR KATHA by
MANJUSHA AMDEKAR

अशी जिरवली सरदारांची आणि इतर कथा / बालसाहित्य
मंजूषा आमडेकर

संस्थापक : सुनील अनिल मेहता

प्रकाशक : मेहता पब्लिशिंग हाऊस प्रा. लि.,
१९४१, सदाशिव पेठ, माडीवाले कॉलनी, पुणे – ४११०३०.
✆ ०२०-२४४७६९२४
E-mail : production@mehtapublishinghouse.com
Website : www.mehtapublishinghouse.com

मुद्रक : श्री मुद्रा

मुखपृष्ठ व आतील चित्रे : घनश्याम देशमुख

प्रथम आवृत्ती : जुलै २०२१
पुनर्मुद्रण : मार्च, २०२४

किंमत : ₹ २५०

P Book ISBN 9789391151874

अशी जिरवली सरदारांची

बिरबल दरबारात आल्यापासूनच त्याला विनाकारणच अनेक शत्रू निर्माण झालेले होते. कारण बिरबलानं आपल्या चातुर्यानं आणि इतर अनेक गुणांनी बादशहाचं मन जिंकून घेतलेलं होतं. बादशहाची त्याच्यावर विशेष मर्जी आहे हे पाहून इतर सरदारांचा जळफळाट होत असे. त्या सगळ्यांनाच असं वाटायचं, 'आमच्याकडेही अक्कल हुशारी आहेच की. बादशहा त्या बिरबलाला का उगाचच इतकं महत्व देतो?' बादशहाला ते आडून आडून तसं सुचवूनही पहायचे. बादशहाला काही ते कळत नव्हतं असं नक्कीच नव्हतं. पण तो तिकडे दुर्लक्ष करायचा.

तरीही सरदार बिरबलाविरुद्ध काही ना काहीतरी कट कारस्थान करत रहायचे. एकदा मात्र त्यानं ठरवलं की या सरदारांची खोडच जिरवली पाहिजे चांगली. तो बिरबलाला म्हणाला,

'तुला पाण्यात बघणाऱ्या या सरदारांची खोड मोडूया रे जरा. फार त्रास देत असतात. सरकारी कामातही अडथळे आणायला मागेपुढे पहात नाहीत.' बिरबल हसला आणि म्हणाला, 'त्यात काही फारसं अवघड नाही खाविंद. असं करूया, मी एक-दोन दिवस दरबारात येतच नाही. तुम्ही त्या सगळ्यांना संधी द्या. तुम्ही रोज काही ना काही प्रश्न मला विचारत असता, तसे त्यांनाही विचारा. मी खात्रीनं सांगतो, की त्यांची उत्तरं त्यांना येणार नाहीत. मग तुम्ही त्यांना सांगा, की उत्तरं आली नाहीत तर जबर शिक्षा करेन, मग येतीलच ते माझ्याकडे धावत. मग बघू आपण मजा.'

बादशहाला हा बेत एकदम पसंत पडला. त्यानुसार बिरबलानं दोन दिवस दरबाराला दांडी मारली. त्या दोन दिवसांच्या सुरुवातीला सरदार इतके खुष होते की काही विचारू नका. प्रत्येकाला वाटत होतं की आपणच आज बाजी मारून नेणार.

बादशहाला खुष करणार. इतकं की बादशहाला बिरबलाची आठवणही होता कामा नये. प्रत्येकजण बादशहाच्या पुढे पुढे करण्याचा प्रयत्न करत होता.

बादशहा खरं तर अगदी कंटाळून गेला होता. रोजच्या कामकाजात बादशहानं सरदारांचा सल्ला घेतला. पण तो काही त्याला खास वाटला नाही. मग त्यानं त्यांना एक प्रश्न विचारला, 'कोणती गोष्ट माणसाला सगळ्यात मोठी वाटते?'

एकेक सरदार उत्तरं द्यायला लागले. एकजण म्हणाला, 'त्यात काय सरकार? सर्वात मोठी गोष्ट आपणच तर आहात, बादशहापेक्षा मोठं काय असू शकतं?' बादशहा त्यांना खडसावून म्हणाला, 'हे पहा, उगाच मला खुष करायला काहीतरी फालतू उत्तरं देऊ नका. जरा डोक्याचा वापर करून योग्य उत्तर द्या.' सगळे सरदार बादशहाचा करडा स्वर ऐकताच चपापले.

मग दुसरा पुढे होऊन म्हणाला, 'सर्वात मोठी गोष्ट आहे ईश्वर किंवा अल्ला.' बादशहा म्हणाला, 'असं का? मग चुकीचं वागताना त्या ईश्वराची किंवा अल्लाची आठवण होते का? तरीपण चुका करताच ना? आता नीट उत्तर द्या,

नाहीतर सगळ्यांना जबर शिक्षाच करतो. 'एक सरदार घाबरत घाबरत पुढे झाला आणि म्हणाला, 'सगळ्यात मोठी गोष्ट आहे सत्य.' त्याला वाटलं की आपण असं काहीतरी तत्वज्ञान सांगितलं तर बादशहा आपल्याला शाबासकी देईल. पण बादशहा मुळीच प्रभावित झाला नाही. तो थंडपणे म्हणाला, 'आणि ते सत्य काय आहे?'

त्यावर त्या सरदाराला काय बोलावं तेच सुचेना. बादशहा म्हणाला, 'रोजच्या आयुष्यात तुम्ही साध्या साध्या गोष्टीत तरी सत्य बोलता का? सत्य म्हणजे काय ते जाणून घेणं फार लांबची गोष्ट आहे. 'आता मात्र कुणीच बोलायची हिंमत करेना.

बादशहानं थोडा वेळ वाट पाहिली आणि म्हणाला, 'मी तुम्हाला एक दिवसाची मुदत देतो. तुम्ही मला उद्या माझ्या प्रश्नाचं समाधानकारक उत्तर दिलं नाहीत, तर तुम्हाला सगळ्यांना तुरुंगात डांबतो.'

आता मात्र सरदारांची धाबी दणाणली. सगळेजण चुपचाप घरी निघून गेले. सगळ्यांनी खूप डोकी खाजवली पण कुणालाही योग्य उत्तर सुचेना. सगळे एक़त्र येऊन विचार करायला लागले. कुणालाच काही सुचत नाहीसं पाहून एका सरदारानं सुचवलं, 'आपण बिरबलाकडे जाऊया का? आता त्याच्याशिवाय कुणीच उत्तर देऊ शकणार नाही या प्रश्नाचं.

नाहीतर उद्या बादशहा आपल्याला सगळ्यांनाच तुरुंगात टाकेल.' आता खरं तर बिरबलाकडे गेलं पाहिजे हे सगळ्यांनाच पटत होतं. पण त्याच्याकडे जाण्यात कमीपणाही वाटत होता. पण दुसरा काही इलाजही नव्हता. तेव्हा हो-ना करता करता सगळ्यांनी तो प्रस्ताव मान्य केला आणि सगळेजण बिरबलाच्या घरी गेले.

बिरबल त्यांची वाटच पहात होता. त्यानं मोठ्या साळसूदपणानं त्यांचं स्वागत केलं. म्हणाला, 'अरे वा, आज काय विशेष? आज माझी कशी काय आठवण झाली सगळ्यांना?' सरदार म्हणाले, 'दोन दिवस तुम्ही दरबारात आला नाहीत, तर आम्हाला कुणालाच चैन पडेना, म्हणून म्हटलं, भेटून यावं, कसे आहात ते विचारायला.'

बिरबलाला मनातून खरं तर खूप हसू येत होतं. पण वर तसं न दाखवता तो म्हणाला, 'वा, वा, वा, मी फारच भाग्यवान आहे म्हणायचा. बरं झालं आलात, आता जरा पाहुणचार घ्या आमच्या घरचा.'

मग त्यानं नोकरांकरवी सरदारांना सरबत आणि फराळ दिला. बिरबल बराचवेळ इकडच्या तिकडच्या गप्पा करत राहिला. शेवटी सगळेजण चुळबुळ करायला लागले. बिरबलाच्या ते लक्षात येत होतं, पण तो मुद्दामच दुर्लक्ष करत राहिला.

मग शेवटी त्यानं विचारलं, 'आपले बादशहा सलामत काय म्हणतात? 'सरदारांनी मनातल्या मनात 'हुश्श,' केलं, 'चला, निघाला एकदाचा विषय.' मग एकजणानं धीर करून दरबारात घडलेली हकीकत सांगितली. त्यावर बिरबल म्हणाला, 'हात्तिच्या, एवढंच ना? मग तुम्ही दिलंत ना उत्तर? इतके हुशार आहात तुम्ही सगळे.'

त्यावर सरदारांची तोंडं पडली. दुसरा एकजण म्हणाला, 'नाही हो, आम्हाला कुणालाही उत्तर देता आलं नाही, म्हणून म्हटलं, तुमची काही मदत होऊ शकली तर...' मग बिरबल उगीचच भाव खात म्हणाला, 'अं... मला जरा विचार करायला लागेल. आपण असं करूया, आज रात्रभर मी विचार करतो. तुम्ही सर्वजण उद्या सकाळी इथे या, मग आपण इथूनच दरबारात जाऊ.' सरदार 'बरं,' म्हणाले खरे, पण सगळ्यांच्या छातीत धाकधुक होत होती. सगळेजण घरी निघून गेले. रात्रभर बिचारे झोपेविना तळमळत राहिले. सगळ्यांच्या पोटात एकच खड्डा पडलेला होता, 'जर बिरबलानं मुद्दामहून उत्तर नाही दिलं तर?' सगळं आयुष्य आपल्याला तुरुंगात खितपत पडावं लागेल या एकाच कल्पनेनं सगळ्यांना घाम फुटलेला होता. शेवटी सकाळ झाली. सगळेजण आवरून बिरबलाच्या घरी हजर झाले.

बिरबलही आवरून तयार होता. तो म्हणाला, 'मला उत्तर सुचलेलं आहे, पण...' सरदारांना वाटलं, की हा आता काहीतरी पैसे वगैरे मागेल. सगळेजण एका सुरात म्हणाले, 'तुम्ही मागाल ते आम्ही द्यायला तयार आहोत. पण उत्तर सांगा कसंही करून.' बिरबल म्हणाला, 'उत्तर मी आत्ता लगेच सांगणार नाही. दरबारात पोचल्यावरच सांगेन. पण माझी एक लहानशी अट आहे.' सरदार म्हणाले, 'सांगा, सांगा. आम्हाला मान्य आहे.'

बिरबल म्हणाला, 'तुम्ही सर्वांनी दहीहंडी फोडताना रचतात तसा मनोरा रचायचा, मला सर्वात वर बसवायचं आणि चालत दरबारात न्यायचं.' सरदारांचे चेहरे खर्रकन उतरले. पण करतात काय? अडला हरी, गाढवाचे पाय धरी अशी अवस्था झाली होती त्यांची. फरक एवढाच की इथे त्यांच्या पुढे गाढव नसून अत्यंत हुशार माणूस होता. त्यांनी ते नाईलाजानं मान्य केलं. सगळ्यांनी मिळून एकमेकाच्या खांद्यावर चढून मनोरा रचला, सर्वात वर बिरबलाला चढवलं आणि ही सगळी वरात निघाली दरबाराकडे. आता खरं तर ते दरबारातले प्रतिष्ठित सरदार होते ते. त्यांना या अशा अवस्थेत पाहून लोक खदाखदा हसत होते. त्यांची मनं अपमानानं जळत होती. पण करतात काय? बिरबल म्हणेल तसं मुकाट्यानं करण्यातच त्यांचं हित होतं. सरतेशेवटी सगळी मिरवणूक दरबारात जाऊन पोचली. तिथे बादशहानं हा सगळा प्रकार पाहताच तोही खो खो हसत सुटला. म्हणाला, 'अरे बिरबल, हा सगळा प्रकार तरी काय आहे? खाली उतर पाहू.'

बिरबल म्हणाला, ‘सरकार, हे तुमच्या प्रश्नाचं उत्तर आहे.’ सगळे सरदार आणि बादशहा चकितच झाले. सरदार एकमेकांकडे थक्क होऊन पहातच राहिले. म्हणाले, ‘हे कसलं उत्तर?’

बिरबल हसत हसत म्हणाला, ‘खाविंद, हे सगळे सरदार नेहमी मला पाण्यात बघत असतात. मला नावं ठेवत असतात. पण आज हे मला स्वत:ची मानहानी पत्करून डोक्यावर बसवून इथे घेऊन यायला तयार झाले. याचं कारण आहे स्वार्थ! त्यांना तुरुंगवास टाळायचा होता, आणि त्यासाठी ते स्वत:ची प्रतिष्ठा धुळीला मिळवून माझ्यासारख्या शत्रूचे पायही धरायलाही तयार झाले. याचाच अर्थ असा झाला की ‘स्वार्थ’ ही जगातली सर्वात मोठी गोष्ट आहे. खरं आहे की नाही सांगा.’ त्यावर सगळे सरदार लज्जित होऊन माना खाली घालून उभे राहिले. बादशहा हसत हसत म्हणाला, ‘पाहिलंत? याला म्हणतात उत्तर. बिनतोड उत्तर आहे हे. आणि आता तरी तुम्हाला कळलंच असेल की बिरबल माझा इतका लाडका का आहे ते!’ त्यावर कुणीच काही बोललं नाही.

हत्तीवाला बादशहा

एकदा एका सणानिमित्त बादशहा दर्ग्यामध्ये पिराच्या दर्शनाला चाललेला होता. बादशहा मिरवणूकीतून चाललेला असल्यामुळे एका हत्तीवरच्या अंबारीत बसलेला होता. मोठ्या उत्साहात मिरवणूक वाजत गाजत चाललेली होती. चौकात गेल्यावर अचानक समोरून एक दारूडा माणूस झिंगत-झिंगत आला.

तो इतका प्यायलेला होता की त्याला आसपास काय चाललंय, समोर कोण आहे, याची कल्पनाही नव्हती. तारवटलेल्या डोळ्यांनी इकडे-तिकडे पाहात असताना त्याला समोर अंबारीत बसलेला बादशहा दिसला. त्याबरोबर अतिशय मस्तवालपणानं तो बादशहाला म्हणाला, “अरे ए, हत्तीवाल्या, खाली उतर. मला बसू दे हत्तीवर. मी कोण आहे माहीत आहे का तुला? मी राजा आहे राजा, दिल्लीचा राजा. चल, मला तो विकत दे हत्ती. हे बघ, माझ्याकडे पैसे आहेत. केवढयाला दिलास बोल हत्ती?” असं म्हणून त्यानं खिशातली चारपाच नाणी खुळखुळ वाजवली. ते ऐकताच बादशहा अतिशय संतापला. त्यानं शिपायांना खूण केली.

शिपायांनी त्या दारूड्याला पकडलं आणि तुरुंगात डांबलं. सकाळी त्याला जाग आली. आता त्याची नशा साफ उतरलेली होती. आपण कुठे आहोत तेच त्याला काही क्षण कळलं नाही. तो मोठ्यानं म्हणाला, ''अरे, मी कुठे आलो? काल तर मी दारूच्या दुकानात पीत बसलो होतो. सकाळ झाल्यावर आपोआपच कुठे आलो मी?''त्याला शुद्ध आलेली पाहून तिथला रखवालदार त्याच्यावर खेकसला, ''ए दारूड्या, अरे, आपोआप इथे येऊन बसायला तू काय हवा आहेस की काय? आम्ही तुला उचलून इथे तुरुंगात आणलं.''

शिपायाचं ते बोलणं ऐकून दारूड्या चांगलाच सटपटला. आपण जरी दारूच्या नशेत आगाऊपणा केला असला, तरी बादशहाच्या दृष्टीनं तो अपराधच होता. आता मिळेल ती शिक्षा भोगण्याला काही पर्याय नाही, असा विचार त्याच्या मनात येऊन तो हवालदिल झाला. तितक्यात दुसऱ्या काही कामानिमित्त प्रत्यक्ष बिरबल तुरुंगात आलेला त्याला दिसला.

त्यानं त्या रक्षकाच्या हातापाया पडून बिरबलाची गाठ घालून द्यायला सांगितलं. रक्षकानं बिरबलाला ती विनंती ऐकवल्यावर बिरबलानं त्या दारूड्याला समोर आणायला सांगितलं. बिरबलाच्या समोर येताच त्यानं त्याच्या पायावर अक्षरशः लोळण घेतली. म्हणाला, ''सरकार, मला माझा अपराध मान्य आहे. पण मी दारूच्या नशेत होतो. चुकून अपराध घडलेला आहे माझ्या हातून. तुम्ही काहीतरी करून मला वाचवा ना.''

बिरबल म्हणाला, ''मी का वाचवू तुला? बाहेर जाऊन तू पुन्हा दारू पिशील आणि पुन्हा नवे अपराध करून इथे येशील. दारूच्या नशेत होतास म्हणून तुला दरवेळेला माफ का करत राहायचं? तू दारू पितोस आणि नशेत चुकीचं वागतोस यात इतरांचा काय दोष?'' तो दारूड्या गयावया करत म्हणाला, ''सरकार, मी पाहिजे तर शपथ घेतो की मी पुन्हा कधी आयुष्यात दारूला हातही लावणार नाही. पण या खेपेला मला माफ करा.''

बिरबलाला त्याची दया आली. नशेत उद्धटपणा करण्यापलिकडे त्यानं कोणताही भयंकर अपराध केलेला नव्हता. पण बादशहाच्या रागाला मात्र तो आता बळी पडणार होता. बिरबल त्याला आधी खूप रागावला आणि मग त्याला त्यानं एक युक्ती सांगितली.

दुपारच्या वेळी त्या दारूड्याला दरबारात सुनावणीसाठी हजर करण्यात आलं. तो समोर येताच बादशहाचं पित्त चांगलंच खवळलं. तो उपहासानं ओरडला, "या, या, या, राजे. या. हत्ती हवा होता ना तुम्हाला? विकत घ्यायचाय ना हत्ती?" ते ऐकताच तो दारूड्या जमिनीवर लोळण घेत म्हणाला, "नाही, नाही, सरकार. मी कुठला आलोय राजा. माझ्या अंगात संचारलेलं राजाचं भूत कधीच उतरलं. आता मी तुमच्यासमोर उभा आहे तो फक्त एक गरीब कामगार. मला माफ करा सरकार. हत्ती विकत घ्यायचीच काय, त्याला हात लावायचीसुद्धा ऐपत नाही माझी." त्याची ती अवस्था पाहून बादशहाला त्याची कीव आली. तो म्हणाला, "काय रे, तुला हे सगळं बोलायला कसं काय सुचलं?" डोकं बडवून घेत तो म्हणाला, "मला कुठलं सुचतंय कपाळ! मला ही युक्ती बिरबल महाराजांनी दिली."

ते ऐकल्यावर बादशहा गालातल्या गालात हसला. बिरबलाकडे वळून तो म्हणाला, ''बिरबल, आता तूच ठरव याला काय शिक्षा द्यायची ते. कारण काही तरी शिक्षा झाल्याशिवाय काही हा सुधारणार नाही.''

बिरबल म्हणाला, ''सरकार, याला महिनाभर शाही हत्तींना अंघोळ घालायची शिक्षा देऊया आपण. म्हणजे हा प्रसंग आणि हत्ती चांगलेच लक्षात राहतील त्याच्या.''

बादशहानं ते मान्य केलं. आपली सुटका थोडक्यात झालेली पाहून दारूड्यानं अतिशय कृतज्ञतेनं बिरबलाकडे पाहून हात जोडले.

बीज कुठे असते?

बिरबल आणि बादशहा रोज यमुनातिरी फिरायला जायचे. शिवाय अधून मधून बादशहाला वेष पालटून राजधानीत फिरायचीही सवय होती. तेव्हाही तो बिरबलालाच आपल्यासोबत नेत असे. वेष पालटून फिरताना जनतेच्या समस्या जशा आहेत तशा त्यांच्यासमोर यायच्या आणि मग बिरबलाच्या मदतीनं सुधारणा आणि विकास करणंही सोपं जायचं.

पण बाकीच्या सरदारांना काही हे आवडायचं नाही. त्यांना वाटायचं की बादशहानं आपल्यालाही संधी दिली पाहिजे. आपल्याला बादशहा फिरायला सोबत नेतो हे जनतेला आणि घरातील सर्वांना नि नातेवाईकांना दिसलं पाहिजे. म्हणजे मग सगळ्यांच्या मनात आपल्याविषयी आदरभाव निर्माण होईल. आपल्याला सगळे लोक भाव द्यायला लागतील. आपली समाजातील प्रतिष्ठा वाढेल... या एकट्या बिरबलाचीच चांदी काय म्हणून होते नेहमी नेहमी? असे विचार त्यांच्या मनात येत असायचे.

मग एके दिवशी सगळेजण बादशहाला भेटायला गेले आणि म्हणाले, ‘आलमपन्हा, आपण नेहमी बिरबलालाच तुमच्यासोबत फिरायला नेता. त्यामुळे लोकांना असं वाटतं की प्रश्न फक्त बिरबलच सोडवू शकतो. आमच्याविषयी लोकांना आदरभावच वाटत नाही. अशा परिस्थितीत आम्ही तरी विकासाची कामं कशी करायची? जनतेच्या मनात आमच्याविषयी विश्वास निर्माण झाला पाहिजे. आपण आम्हाला प्रश्न विचारत जा, आमच्यापैकी कुणी ना कुणीतरी त्यांची उत्तर नक्कीच देत जाईल. म्हणजे मग जनतेचीही खात्री पटेल की आम्हीही त्यांचे प्रश्न सोडवू शकतो. तेव्हा इथून पुढे आपण आम्हालाही फिरायला सोबत नेत गेलात तर बरं होईल.’

त्यांच्या मनात नेमकं काय सलतंय, याची बादशहाला कल्पना होती. तरी पण बादशहा हसला आणि म्हणाला, ‘चांगली गोष्ट आहे. तुम्हाला सगळ्यांना जनतेच्या विकासाची इतकी काळजी आहे हे पाहून बरं वाटलं. आजच या संध्याकाळी माझ्याबरोबर.

आज माझा बाग बगिचा पाहण्याचा विचार आहे. मी विचारेन त्या प्रश्नांची उत्तरं तुम्हाला आली तर मग आपल्याला बिरबलाची गरजच पडणार नाही. 'सगळ्या सरदारांना आनंद झाला. मग संध्याकाळ व्हायची ते वाटच पहायला लागले. आज संध्याकाळ रोजच्यापेक्षा उशीराच झाली की काय, असं त्यांना वाटत होतं. मग सगळा लवाजमा निघाला बगिच्याच्या दिशेनं. बिरबलही बरोबर होताच. पण बादशहानं त्याला बजावून ठेवलं होतं, 'आज तू कुठल्याही प्रश्नाचं उत्तर देऊ नकोस. कुणालाच नाही आलं तर मी तुला विचारेन तेव्हाच दे. 'बिरबलानं ते मान्य केलं होतं. त्यामुळे तो अगदी शांतपणे त्यांच्यासोबत चालत निघालेला होता.

फिरता फिरता बादशहा झाडांविषयी, फळांविषयी, त्यांचे औषधी गुणधर्म वगैरे विषयांवर बोलत होता. किरकोळ प्रश्नांची कुणी ना कुणीतरी उत्तरं देत होते. हळूहळू सगळ्यांचा आत्मविश्वास दुणावला. सगळेजण मनात म्हणत होते, 'सोप्पं आहे की. उगाच हवी कशाला त्या बिरबलाची मिजास?'

तितक्यात बादशहानं अचानक विचारलं, ‘झाडाचं बीज कुठे असतं, सांगा बरं?’

तो प्रश्न ऐकताच सगळेजण एकदम गडबडले. एकजण म्हणाला, ‘सरकार, फळात असतं.’

बादशहा म्हणाला, ‘पण मी फळ तोडलं तर झाड कोसळून पडतं का? ते तर उभंच असतं. मग ते नेमकं असतं तरी कुठे?’

कुणालाच काही सुचत नाहीसं पाहून बादशहा म्हणाला, ‘मग, बिरबलाला विचारायचं का?’

आता काही इलाजच नव्हता त्यामुळे सगळ्यांनी नाईलाजानं माना डोलावल्या. बादशहा म्हणाला, ‘बिरबल, आता तूच उत्तर दे या प्रश्नाचं.’

बिरबल म्हणाला, ‘सरकार, झाडाचं बीज मातीत असतं. आणखी कुठे असणार? आपण जमिनीवर पाणी घातलं की हळूहळू त्याला अंकुर फुटतो आणि तेच बीज झाडाच्या रुपानं वर येतं.

त्यामुळे झाडाचं बीज झाडामध्येच असतं आणि ते मातीत रुजलेलं असतं, हे आपल्या प्रश्नाचं उत्तर आहे.' बादशहा ते उत्तर ऐकून प्रसन्न झाला. सरदारांकडे वळून त्यांना म्हणाला, 'पाहिलंत? बिरबलाकडे सर्व प्रश्नांची उत्तरं असतात. आणि हे माझ्याप्रमाणेच जनतेलाही पटलेलं आहे. म्हणूनच जनताही त्याच्याकडे आदरानंच पाहते. याच कारणानं मी बिरबलाला सतत माझ्यासोबत नेत असतो.'

सगळ्यांचे चेहरे एकदम उतरले. ते पाहून बादशहा म्हणाला, 'पण तुमच्याकडे जरी बिरबलाइतकी हुशारी नसली, तरी तुम्ही जर खऱ्या तळमळीनं लोकांसाठी चांगली कामं करत राहिलात तर तुमच्याविषयीही जनतेच्या मनात आदरभाव निर्माण होईलच की. आजपासून तुम्ही सर्वजण आपणहून चांगली आणि लोकोपयोगी कामं करायला सुरुवात करा पाहू.' त्यावर कुणीच काही न बोलता चुपचाप चालत राहिले.

कारण सगळ्यांनाच कळलं होतं की मोठेपणा हा केवळ बादशहासोबत फिरल्यानं येत नाही. त्यासाठी कष्ट घ्यावे लागतात, इतरांच्या भल्यासाठी झटावं लागतं. 

विषमता

रात्रीच्या वेळी वेष पालटून राज्यात भ्रमंती करायची बादशहाला फार आवड होती. बिरबल तर त्याच्या बरोबर असायचाच. शिवाय काही गुप्तचरही असायचे. साध्या कपड्यातले सैनिकही आसपास असायचे. असेच एकदा भटकंती करत असताना ते चालत चालत एका मंदिराजवळ आले. तिथे रात्रीच्या वेळी भजन आणि कीर्तनाचा कार्यक्रम चालू होता. बादशहाला हिंदूंच्या पौराणिक कथा ऐकायलाही आवडायचंच. त्यामुळे तो म्हणाला, 'जरा थांब बिरबल, थोडंसं ऐकून जाऊया.' बिरबलालाही ऐकायची इच्छा होतीच. मग मंदीराच्या पायरीवर बसून त्यांनी कीर्तन ऐकलं.

कीर्तनात बुवा सांगत होते, 'देव खूप दयाळू आहे. तो सगळ्यांवर सारखंच प्रेम करतो. कारण सगळे जीव हे त्या एकाच परमेश्वराची लेकरं आहेत.

आईला आपली सगळीच मुलं प्रिय असतात तशी या माऊलीलाही आपली सगळी बालकं सारखीच वाटतात. भगवंत आपल्या भक्तांमध्ये कधीच भेदभाव करत नाहीत.'

ते सगळं तत्वज्ञान ऐकून बादशहा चांगलाच भारावून गेला. राजवाड्यावर परत येताना बादशहा म्हणाला, 'काय रे बिरबल, बुवा म्हणाले ते जर खरं असेल तर मग सगळी माणसं सारख्याच परिस्थितीत दिसायला हवीत. पण आपल्याला सगळीकडे किती फरक आढळतो? कुणी गरीब, कुणी श्रीमंत, कुणी रुपवान, कुणी कुरुप... असं का बरं? तुला हा अन्याय नाही का वाटत? हे सगळं तत्वज्ञान कितीही थोर असलं तरी प्रत्यक्षात देव भेदभावच करतात, खरं आहे की नाही, सांग.' बिरबल म्हणाला, 'नाही सरकार, यात अन्याय असा काहीच नाही. आता हेच पहा ना, तुम्ही हिंदुस्थानचे बादशहा आहात.

तुमच्या पदरी हजारो लोक काम करतात. पण तुम्ही सगळ्यांना एकसारखाच पगार देता का? मंत्र्यांना वेगळा, सेनापतीला वेगळा, सैनिकांना वेगळा...

असे वेगवेगळे पगार तुम्ही देता, तेव्हा भेदभाव करणं हा काही तुमचा उद्देश नसतो. पण प्रत्येकाच्या कामाच्या दर्जाप्रमाणे तुम्हाला तसं करावं लागतं. तसंच देवाचंही आहे. तो प्रत्येकाला आपापल्या पुण्याईप्रमाणे सुखदुःख देत असतो.' बिरबलाचे विचार ऐकून बादशहा खूपच प्रभावित झाला. त्याला बिरबलाचे थोर विचार आणखी ऐकावेसे वाटले म्हणून त्यानं विचारलं, 'पण मग याचा अर्थ असा आहे का की ही विषमता कायम अशीच राहील?' बिरबल म्हणाला, 'सरकार, समाजात विषमता ही कायम राहणारच. हा निसर्गाचा नियम आहे. झाडाची पानंसुद्धा एकसारखी नसतात. पण प्रत्येक माणसाला मात्र प्रयत्नांनी आपली परिस्थिती नक्कीच सुधारता येते. मेहनत केली तर काय अशक्य आहे?' ते ऐकून बादशहाचं समाधान झालं. त्यानं मोकळ्या मनानं बिरबलाची प्रशंसा केली.

खोजे गेले पळून

फक्त सरदारच नाही तर, बिरबलावर जळफळणारे लोक आणखीही होते दरबारात. बादशहाच्या दरबारी करमणुकीसाठी खोजे ठेवले जाण्याची पद्धत होती. या खोजांचं स्वरुप अर्धनारीनटेश्वरासारखं असायचं. ते धड स्त्रीही नसायचे की पुरुषही. अकबर बादशहाच्या दरबारातही असे खोजे होतेच. पण आपण आपल्या चातुर्याच्या जोरावर बादशहाचं मनोरंजन करतो याचा त्यांना गर्व झालेला होता. इतर सरदारांप्रमाणेच त्यांनाही बिरबलाची स्तुती केलेली मुळीच खपायची नाही.

एक दिवस बिरबल दरबारात आलेला नव्हता. खोजांनी कितीही प्रयत्न केला तरी बादशहाचं मन काही त्यांना रिझवता येईना. शेवटी बादशहा स्वतःच म्हणाला, ‘बिरबल नाही, तर दरबाराला शोभा नाही. त्याच्याविना करमतच नाही.’ ते ऐकून खोजे चिडले.

ते म्हणाले, 'असं कसं म्हणता सरकार? आमच्यामुळेच दरबारात खरी गंमत आहे. आमच्याइतकं चातुर्य त्या बिरबलात मुळीच नाही.' बादशहाला काही ते पटलं नाही. बराच वेळ वाद झाल्यावर खोजे म्हणाले, 'ठीक आहे सरकार, आमचा सामना होऊनच जाऊद्यात. उद्या दरबारात आल्यावर बिरबलाला अचानक तीन प्रश्न विचारण्याची आम्हाला परवानगी द्या. आम्ही पाहतोच त्याचं चातुर्य. एरवी तो नेहमी मुदत मागून घेत असतो, तुमच्याकडून. पण त्याला उद्या लगेचच उत्तरं द्यावी लागतील.'

बादशहानं ते मान्य केलं. सरदार मनातून आनंदित झाले होते. त्यांना वाटलं, उद्या बिरबलाची चांगली जिरणार. त्यामुळे गंमत पाहायची संधी कुणीही सोडणार नव्हतं. दुसऱ्या दिवशी झाडून सगळेजण दरबारात वेळेत हजर झाले. बिरबलही आला. त्याला अर्थातच आदल्या दिवशी काय ठरलंय त्याची कल्पना नव्हती. बादशहानं आल्या आल्याच बिरबलाला सांगितलं, 'बिरबल, आज हे खोजे तुला तीन प्रश्न विचारतील. तुला त्यांची लगेच उत्तरं द्यावी लागतील.'

बिरबल इतका हुशार होता की त्यानं आपल्या गैरहजेरीत काय घडलं असावं याचा मनात अचूक अंदाज बांधला. पण उघडपणे तो इतकंच म्हणाला, ‘जरुर सरकार. मी ताबडतोब उत्तरं देईन. विचारा म्हणावं.’ बादशहाच्या परवानगीनं खोजांनी बिरबलाला तीन प्रश्न विचारले, ‘आकाशातल्या ताऱ्यांची संख्या किती? पृथ्वीचा केंद्रबिंदू कुठे आहे? आणि जगात स्त्रिया आणि पुरुषांची नेमकी संख्या किती आहे?’ ते ऐकून बिरबल म्हणाला, ‘हात्तिच्या, यात काहीच अवघड नाही. या सगळ्या खोजांच्या डोक्यावर मिळून जितके केस आहेत तितकी आहे ताऱ्यांची संख्या. त्यांनी ते मोजावेत, म्हणजे त्यांच्या प्रश्नाचं उत्तर त्यांना लगेचच मिळेल.’

मग त्यानं आपली तलवार उपसली आणि समोरच जमिनीत रुतवली. म्हणाला, ‘हा पहा पृथ्वीचा केंद्रबिंदू. खोजांचा विश्वास बसत नसेल तर त्यांनी संपूर्ण पृथ्वीचं मोजमाप करून बघावं.’

बादशहा मिष्किलपणे हसत होता. तो म्हणाला, 'आणि तिसऱ्या प्रश्नाचं उत्तर काय आहे?'

बिरबल म्हणाला, 'सरकार, ते देणं मात्र या खोजांमुळंच अशक्य झालंय. कारण हे खोजे धड स्त्री नाहीत की पुरुष. त्यामुळे मोजणी कशी करायची, ते या खोजांनीच सांगितलं तर बरं होईल.'

ते उत्तर ऐकताच बादशहा आणि दरबारी खो खो हसत सुटले. सगळे खोजे इतके लाजले की ते दरबार सोडून पळूनच गेले. त्यानंतर पुन्हा त्यांनी बिरबलाच्या चातुर्याला आव्हान द्यायचं कधीही धाडस केलं नाही. 

स्वर्ग की नरक?

दरबारातील कामकाजातून वेळ उरला तर बादशहा नेहेमीच काहीतरी बुद्धीला खाद्य होईल असा विषय काढत असे. विद्वानांमध्ये चर्चा रंगल्या की त्याला खूप आनंद व्हायचा. एकदा अशीच एक चर्चा चाललेली होती. बादशहा म्हणाला, 'काय रे बिरबल, तुम्ही हिंदू लोक स्वर्ग आणि नरक या कल्पना मानता. तशाच प्रकारच्या कल्पना आमच्याही धर्मात आहेत. आम्ही जन्नत आणि जहन्नूम अशा कल्पना मानतो.'

बिरबल म्हणाला, 'खरं आहे आलमपन्हा. पण तुम्ही काय किंवा आम्ही काय, या नुसत्या कल्पना आहेत असं न मानता, ही ठिकाणे प्रत्यक्षात आहेत असंच समजतो. अगदी प्रत्यक्षात कुणी ही ठिकाणं पाहिलेली नसली तरी.' बादशहा म्हणाला, 'कारण आपल्या धर्मग्रंथांमध्ये त्यांचा उल्लेख सापडतो म्हणूनच ना?'

बिरबल म्हणाला, 'अगदी बरोबर. आपला विश्वासच आहे तसा.'

बादशहा म्हणाला, ‘पण बिरबल, ही तर श्रद्धा झाली. प्रत्यक्षात माणूस मेल्यावर कुठे जातो, हे आपल्याला कसं कळणार? म्हणजे असं, की काही वर्षांनी मी मरेन, तेव्हा मी कुठे जाईन?’ बिरबल ताबडतोब म्हणाला, ‘हे काय विचारणं झालं सरकार? आपण नक्कीच स्वर्गात जाणार.’ बादशहा हसून म्हणाला, ‘बिरबल, खोटी स्तुती करू नकोस. अगदी खरं खरं सांग, माणूस मेल्यावर तो स्वर्गात जाणार की नरकात, हे मरण्यापूर्वी कसं काय कळू शकेल?’ बिरबल मंदपणे हसून म्हणाला, ‘हे कळणं अगदी सोपं आहे, सरकार. जो माणूस जिवंतपणी चांगली कामं करतो, इतरांशी चांगलं वागतो, माणुसकीच्या धर्माचं पालन करतो, लोकांची सेवा करतो, दानधर्म करतो तो स्वर्गात जातो. आणि याविरुद्ध वागणाऱ्याला नरक मिळतो. जगात खूप धर्म आहेत. पण माझ्या मते ती फक्त वेगवेगळी नावं आहेत झालं. खरा धर्म आहे माणुसकीचा. तो जो पाळतो त्याला म्हणायचं माणूस आणि त्याला मरणानंतर स्वर्ग मिळणार यात काही शंकाच नाही.’

आणि काय?

बिरबलची कीर्ति देशातच नव्हे तर परदेशातही जाऊन पोचलेली होती. त्यामुळे देशोदेशीचे राजे त्याला आपल्या दरबारी बोलावून घेत असत. त्याच्या हुशारीची परिक्षा पहात असत आणि त्याचा उत्तम असा पाहुणचार करून शिवाय त्याला खास भेटवस्तू देऊन त्याचा सन्मानही करत असत. असाच एकदा बिरबल अफगाणिस्तानच्या राजाचा पाहुणचार घेत काही दिवस राहिलेला होता. तिकडचा राजा त्याच्यावर फारच खुश झालेला होता. बिरबलाच्या सहवासात जास्तीत जास्त कसं राहता येईल हेच तो पाहत असे. पण तरीही बिरबलाला तिथे कायमचं थोडंच राहता येणं शक्य होतं? त्यामुळे तो तिथून कधी ना कधीतरी निघून परतीच्या प्रवासाला लागणारच होता. शेवटी तो दिवस जवळ आला. मग राजानं आदल्या दिवशी खास बिरबलासाठी म्हणून एक मोठ्ठी मेजवानी दिली. त्यात त्यानं कोणतीही कसर ठेवलेली नव्हती. उत्तमोत्तम पदार्थ होते, नृत्य आणि गायनाचा कार्यक्रम होता. वादक आणि चित्रकारही होते.

त्यांनीही आपापली कला बिरबलापुढे सादर केली. शिवाय तिथल्या राजानं त्याला भारी भारी भेटवस्तूही दिल्या. आपला इतका मोठा सन्मान केलेला पाहून बिरबल तर भारावूनच गेला होता. राजाचे मनापासून आभार मानून आणि सर्वांचा निरोप घेऊन बिरबल आपल्या राहण्याच्या ठिकाणी निघून गेला. सकाळी उठून तो परतीच्या प्रवासाला लागला.

इकडे दिल्लीत बादशहा बिरबलाची वाटच पहात होता. कितीतरी दिवस झाले तरी बिरबलाचा काही पत्ताच नसल्यामुळे त्याला अगदी करमेनासं झालं होतं. शेवटी मजल दरमजल करत बिरबल आपल्या राजधानीत येऊन पोचला एकदाचा. रात्रभर विश्रांती घेऊन तो दुसऱ्या दिवशी सकाळी दरबारात हजर झाला. त्याला पाहून बादशहाचा आनंद गगनात मावेना. त्यानं अत्यंत खुश होऊन बिरबलाचं स्वागत केलं.

तो म्हणाला, 'काय मग, कशी काय झाली तुझी अफगाणिस्तानची सफर?

तिथे काय काय अनुभव आले? काय पाहिलंस, ऐकलंस? इथल्यापेक्षा वेगळं काय होतं?

तिथल्या राजानं तुझं स्वागत कसं केलं? आपला नजराणा त्याला आवडला की नाही? जेवणात कोणकोणते विशेष पदार्थ खाल्लेस?' बादशहानं इतके सगळे प्रश्न विचारलेले पाहून बिरबल गालातल्या गालात हसला. म्हणाला, 'सरकार, सफर खूपच चांगली झाली. आपला नजराणा तिकडच्या राजेसाहेबांना फारच आवडला. त्यांनीही तुम्हाला चांगलासा नजराणा पाठवला आहे.' मग बिरबलानं तिकडची सगळी हकीकत सविस्तर सांगितली. माणसं कशी होती, त्यांचे पेहराव कसे होते, त्यांची भाषा, बोलण्याची ढब, खाण्यापिण्याचे पदार्थ, शोभेच्या वस्तू, तिथल्या वास्तू, उंची गालिचे, तिथले कलावंत आणि त्यांच्या कला... सगळं सगळं अगदी इत्यंभूत वर्णन करून सांगितलं. बादशहा मोठ्या उत्सुकतेनं ऐकत होता.

बिरबल म्हणाला, 'आणि शेवटच्या दिवसाची गंमत तर विचारूच नका.

खास माझ्यासाठी म्हणून त्यांनी जंगी मेजवानी दिली.' असं म्हणून त्यानं इकडे तिकडे नजर फिरवताच त्याला सगळे सरदार त्याच्याकडे असूयेनं पहात असताना दिसले. त्याला हसू आलं. पण तिकडे दुर्लक्ष करून तो म्हणाला, 'चवी चवीचे पदार्थ, नृत्य-गायन-वादन... नजराणे, भेटवस्तू... अहाहा काही विचारूच नका. जेवणाचा बेत तर इतका सुंदर होता, की अजूनही त्याची चव जिभेवर रेंगाळते आहे.' बादशहा म्हणाला, 'असं? काय काय केलं होतं जेवणात?'

बिरबल म्हणाला, 'अनेक प्रकारच्या भाज्या, उसळी, आमट्या, चटण्या, कोशिंबिरी, बिर्याणी, शाही पुलाव, तऱ्हेतऱ्हेच्या मिठाया आणि... 'तेवढ्यात बादशहाला महालातून बोलावणं आलं. नोकरानं बादशहाचा कानात काहीतरी सांगितल्यावर बादशहा लगेच उठला आणि निघून गेला.

दोघांचं बोलणं तसंच अर्धवट राहिलं. मग त्यावर आणखी दोन-तीन दिवस गेले. दरबारात इतकं काम साचलेलं होतं की कुणालाही अवांतर बोलायची सवडही झाली नाही.

मग कामं जरा आटोक्यात आल्यावर एके दिवशी बादशहाला थोडासा निवांत वेळ मिळाला. मग बादशहानं बिरबलाला अचानक विचारलं, 'बिरबल, आणि काय?'

त्यावर बिरबलाच्या चटकन लक्षात आलं की बादशहा परवाच्या अपूर्ण राहिलेल्या संभाषणाबद्दलच विचारतो आहे. त्यामुळे त्यानंही लगेच उत्तर दिलं, 'आणि पापड, खाविंद.'

बिरबलाच्या स्मरणशक्तीला बादशहानं मनोमन दाद दिली. त्याची खात्री होती की बिरबल परदेशी जाऊन आपल्या बादशहाची आणि देशाची शान वाढवूनच आला आहे. त्यानं प्रेमानं बिरबलाला आपली किमती रत्नजडित अंगठी भेट दिली.

इकडे सगळे सरदार घडला प्रकार पहातच होते. पण त्या दोघांमधल्या संभाषणाचा अर्थ कुणालाच लागला नाही, कारण सगळेच जण परवाचा प्रसंग विसरून गेलेले होते. त्यामुळे त्यांच्या लक्षात इतकंच आलं, की बिरबलानं 'पापड' हा शब्द उच्चारताच बादशहानं त्याला किमती अंगठी भेट म्हणून दिली. झालं. सगळ्या सरदारांनी आपापसात कुजबुजत असा विचार केला की बादशहाला पापड फारच आवडत असावेत. आणि मग दुसऱ्या दिवशी प्रत्येकजण दरबारात येताना एकेक तबक हातात घेऊन आला. ती तबकं रेशमी रुमालानं झाकलेली होती. आल्यावर प्रत्येकानं बादशहाला आपापलं तबक नजर केलं.

हा सगळा काय प्रकार आहे, आज अचानक आपल्याला जो तो भेटवस्तू का देत आहे, तेच बादशहाला कळेना. म्हणून त्यानं मोठ्या कुतुहलानं एका तबकावरचा रेशमी रुमाल काढून त्यात काय आहे ते पाहिलं.

त्याला त्यात पापड दिसले. गंमत वाटून त्यानं बाकीच्या तबकांमध्येही काय आहे ते रुमाल काढून पाहिलं. सगळ्यामध्ये वेगवेगळ्या प्रकारचे पापडच होते. त्यानं थक्क होऊन सरदारांना विचारलं, 'हा काय प्रकार आहे? आज काय विशेष आहे? तुम्ही सर्वजण मला पापड का भेट देताय?'

त्यावर एक सरदार म्हणाला, 'सरकार, आपल्याला पापड फार आवडतात ना? म्हणूनच आम्ही खास आपल्यासाठी आणले आहेत.' ते ऐकून बादशहाला आणखीनच नवल वाटलं. तो म्हणाला, 'मला पापड आवडतात? कुणी सांगितलं तुम्हाला असं?' तर दुसरा सरदार म्हणाला, 'सांगितलं कुणी नाही. पण काल बिरबल 'पापड' म्हणाल्यावर आपण खुश नाही का झालात, आणि त्याला रत्नजडित अंगठी भेटही दिलीत?' ते ऐकल्यावर सगळा प्रकार बादशहाच्या लक्षात आला. तो एकदम खो खो हसत सुटला. सरदारांना काही कळेचना.

शेवटी बादशहानं मोठ्या कष्टानं हसू आवरलं आणि तो म्हणाला, ‘काय बोलावं तुमच्यापुढं तेच मला कळेनासं झालं आहे. त्यामुळे मी असं करतो, हे सगळे पापड बिरबलाला भेट म्हणून देतो. तुम्ही सगळेजण त्याच्याकडूनच काय ते जाणून घ्या, म्हणजे मग पुन्हा तुम्ही त्याचा हेवा करणार नाही. कारण त्याच्या नखाचीही सर कुणाला नाही, हे तुमच्या सगळ्यांच्या लक्षात येईल.’ सगळ्या सरदारांची तोंडं पाहण्यासारखी झाली होती. त्यांच्या हातून पापडही गेले, अंगठ्याही गेल्या आणि अक्कलही निघाली, शिवाय बिरबलाचे पाय धरावे लागले ते वेगळेच!

अशी ही कामगिरी

कितीही प्रसंग घडले आणि कितीही अद्दल घडली तरी सरदारांची काही खोडच मोडत नव्हती. त्यांच्या मनात अखंड काही ना काहीतरी कारस्थान शिजत असायचं. बिरबलाचा अपमान करण्याची संधी शोधतच रहायचे सगळेजण. एकदा काय झालं, बादशहाकडच्या कुत्र्यांची संख्या खूपच वाढली. बादशहानं रक्षणाकरता म्हणून अनेक जातींची कुत्री पाळलेली होती. त्यात सतत भरच पडत असायची. आधीच्या कुत्र्यांना पिल्लं व्हायची किंवा नवीन जातीच्या कुत्र्यांची भर पडायची. एकूणात ती संख्या दिवसेंदिवस वाढतच चाललेली होती. त्यामुळे बादशहानं ठरवलं की या सगळ्या कुत्र्यांचं नीट पालन व्हावं म्हणून एक विशेष अधिकारीच नेमावा. ज्या दिवशी बादशहानं हा निर्णय घेतला त्या दिवशी नेमका बिरबल दरबारात आलेला नव्हता.

या संधीचा फायदा घेऊन सगळे सरदार म्हणाले, 'खाविंद, आपण ही नाजूक जबाबदारी बिरबलावर सोपवावीत. तो इतका हुशार आहे की तो सगळ्या कुत्र्यांचं नीट पालन करेल.'

बादशहालाही ते पटलं. त्यानं ते मान्य करून तसं जाहीरही करून टाकलं. सगळे सरदार मनातून भयंकर खुश झाले. त्यांना वाटलं की आता उद्या जेव्हा बिरबलाला ही बातमी कळेल तेव्हा किती मजा येईल. त्याची अशी जिरेल की चेहराच पडेल त्याचा. आता दाखव म्हणावं तुझी काय हुशारी आहे ती... असा विचार करत करत सगळेजण दरबार संपल्यावर आपापल्या घरी गेले. त्या रात्री त्यांना आनंदानं छान झोप लागली.

दुसऱ्या दिवशी नेहमीप्रमाणे दरबार भरला. सगळेजण आपापल्या जागी बसले. आज बिरबलही आलेला होता. कालची बातमी बिरबलाला कधी एकदा ऐकवतोय असं प्रत्येकाला झालेलं होतं.

शेवटी एकाला अगदीच राहवेना त्यामुळे तो उठला आणि म्हणाला, ‘बिरबल, खाविंदांनी तुमच्यावर एक खास कामगिरी सोपवायचं ठरवलेलं आहे. सरकारांच्या सर्व कुत्र्यांना सांभाळण्याचं काम तुम्ही करावंत अशी त्यांची इच्छा आहे.’ आपल्या एक दिवसाच्या गैरहजेरीत काय घडलं असावं ते बिरबलनं एका क्षणात ओळखलं आणि तो झटकन म्हणाला, ‘अरे वा, म्हणजे आता इथून पुढं तुम्हा सर्वांना माझ्या धाकात राहावं लागेल आणि माझं सगळं ऐकावं लागेल.’ ते ऐकताच बादशहा खो खो हसत सुटला आणि सगळ्या मत्सरी सरदारांचे चेहरे काळेठिक्कर पडले. मनातल्या मनात सगळ्यांनी कपाळावर हातच मारून घेतला. मनात म्हणायला लागले, ‘करायला काय गेलो, आणि काय होऊन बसलं!’

बिरबल की तानसेन?

बिरबलाला हरवण्यासाठी काहीही केलं तरी बिरबल बादशहाचा लाडकाच ठरतो, त्याला कधी नमवताच येत नाही. बादशहा बिरबलावर इतका खुष असतो की खुद्द आपल्या बेगमच्या भावालादेखील तो वजीर करायला तयार होत नाही, हे पाहून सरदार मोठ्या जोमानं नवीन क्लृप्ती शोधायला लागले. काहीही करून या वेळी बिरबलाला मान खाली घालायला लावायचीच, किंवा त्याचा काटा काढता आला तर पहायचाच असं या सगळ्या सरदारांनी ठामपणे ठरवलेलं होतं. त्यामुळे ते सगळे मिळून एकदा बादशहाला भेटायला गेले. त्यांनी आपलं मनोगत बादशहा जवळ व्यक्त केलं, 'सरकार, आपल्या दरबारात एकाहून एक सरस अशी नऊ रत्नं आहेत. मग सगळ्यांना सोडून तुम्ही एकट्या बिरबलालाच इतकं महत्व काय म्हणून देता?

बाकीच्या थोर लोकांचा अपमान नाही का होत अशामुळे? आपण त्यांनाही संधी दिली पाहिजे.' बादशहानं त्यांचं म्हणणं ऐकून घेतलं.

खरं तर त्यांची नेमकी पोटदुखी काय आहे ते बादशहा चांगलंच ओळखून होता. तरीपण त्यानं विचारलं, 'असं म्हणता? बरं, मग कुणाला संधी द्यावी तुमच्या मते?' सरदार म्हणाले, 'आपण तानसेनलाच वजीर का नाही करत? कालच नाही का त्यांनी मैफल गाजवली? इतके थोर कलावंत आहेत ते, सगळीकडे नाव आहे त्यांचं. आपण त्यांनाच वजीर करावत.'

बादशहाच्या मनात आलं, 'मैफिलीत गाणं वेगळं आणि वजीर होऊन दरबारी कामकाज पाहणं वेगळं!' पण उघडपणे तो इतकंच म्हणाला, 'ठीक आहे, मी तुम्हा सर्वांच्या मताचा आदर करतो. आपण तानसेनलाच वजीर करूया.

पण माझी एक अट आहे, बेगमसाहेबांच्या भावाची घेतली होती तशी मी तानसेन आणि बिरबलची परिक्षा घेईन. त्यात जो कुणी पास होईल त्यालाच मी वजीर करेन. मान्य आहे का?'

बादशहानं आपलं म्हणणं मान्य केलं याचा सरदारांना इतका आनंद झाला होता की त्यांनी ताबडतोब बादशहाची अट मान्य करून टाकली. दुसऱ्या दिवशी दरबार भरल्यावर बादशहानं बिरबल आणि तानसेनला समोर बोलावलं आणि म्हणाला, 'हे बंद पाकीट घ्या आणि काबूलच्या बादशहाकडे जा. हे अत्यंत गुप्त असं पत्र आहे, त्यामुळे या बाबत या कानाचं त्या कानाला कळता कामा नये. आणि मग तो जे काही उत्तर देईल ते थेट माझ्याकडेच घेऊन या.' दोघांनीही बादशहाची आज्ञा मान्य केली आणि दुसऱ्याच दिवशी प्रवासाला सुरुवात केली. आता त्या पत्रात काय लिहिलेलं होतं हे दोघांनाही माहीत नव्हतं. पण मजल दरमजल करत दोघेही काबूलमध्ये येऊन पोचले.

थोडासा फराळ करून दोघांनी आराम केला आणि प्रवासाचा शीण घालवला. मग दुसऱ्या दिवशी दोघेही ते पत्र घेऊन काबूलच्या बादशहाकडे गेले. बादशहानं ते पत्र वाचलं आणि तो म्हणाला, 'कमाल झाली, या पत्रात असं लिहिलेलं आहे, की हे पत्र घेऊन येणाऱ्या दोन्ही माणसांना पत्र मिळाल्यानंतर एक दिवसाने फासावर चढवावे. आता हे काम तर स्वत: अकबर बादशहाही करवून घेऊ शकले असते, त्यासाठी तुम्हाला दोघांना इथवर प्रवास करून पाठवण्याची काय गरज होती? आणि एकच दिवसाने का? लगेच का नको, किंवा आठ दिवसांनी का नको? खरंच, काहीच उलगडा होत नाहीए मला तरी. तरीपण ठीक आहे, त्यांनी एवढी विनंती केली आहे, तर मला ती मान्य करायलाच हवी.' असं म्हणून त्यानं आपल्या शिपायांना हाक मारली आणि म्हणाला, 'या दोघांना उद्या फाशी द्या, पण तोपर्यंत दोघांनाही तुरुंगात डांबून ठेवा.' हे सगळं ऐकताच तानसेन अक्षरश: गर्भगळित झाला आणि रडायलाच लागला.

पण बिरबल शांत आणि गंभीर होता. त्याच्या लक्षात आलं होतं की हा प्रकार काहीतरी वेगळा आहे. फाशीच द्यायची होती तर आपला बादशहाच ती देऊ शकत होता हे या बादशहाचं म्हणणं अगदी खरं आहे. आणि या बिचाऱ्या तानसेनचा तर दोष काय असू शकतो? आपल्या कलेत रममाण झालेला एक कलावंत माणूस आहे हा! तलवार तर साधी हातातही धरली नसेल यानं कधी. विचारांच्या नादातच तो शिपायांबरोबर तुरुंगात गेला. तिथे शांतपणे बसून तो विचार करायला लागला. तानसेन तर बिचारा धाय मोकलून रडतच होता. बिरबलाला शांत बसलेलं पाहून तो म्हणाला, 'हे काय, तुला काहीच कसं वाटत नाहीए? उद्या आपण मरणार, आणि तेही विनाकारण. आपला अपराध तरी काय आहे? हा काय प्रकार आहे सगळा? आपल्याला कोण या संकटातून वाचवणार?' बिरबल म्हणाला, 'तानसेन, आपल्याला इथे दूर देशात कुणीही वाचवायला येणार नाही. आपली सुटका आपली आपल्यालाच करून घ्यावी लागेल.

त्यामुळे मी एक युक्ती सांगतो, तू मला साथ दिलीस तर ती यशस्वी होईल आणि आपले दोघांचेही प्राण वाचतील.' ते ऐकून तानसेनने डोळे पुसले. त्याचा बिरबलवर विश्वास होता. तो म्हणाला, 'बिरबल, तू म्हणशील ते करायला मी तयार आहे, पण माझा जीव वाचव आणि मला सहीसलामत माझ्या घरी ने म्हणजे झालं.' त्यावर बिरबलनं त्याच्या कानात काहीतरी सांगितलं. तानसेन आनंदानं झोपी गेला. दुसऱ्या दिवशी फाशी देण्यासाठी म्हणून शिपाई जल्लादांना घेऊन आले. आल्यावर त्यांनी या दोघांना शेवटची इच्छा विचारली तर दोघंही म्हणाले, 'मला आधी मारा.' जल्लाद आणि शिपाई चकितच झाले. ते काही बोलणार तोच बिरबल आणि तानसेन आपापसात भांडायला लागले. एकमेकांना ढकलायला लागले, मारायला लागले. त्यांचं भांडण सोडवता सोडवता शिपायांच्या नाकी नऊ आले. शेवटी दोघांना बाजूला करून त्यांनी विचारलं, 'एरवी फाशी म्हटलं की अट्टल गुन्हेगारही घाबरतो आणि मरायला तयार होत नाही.

इते तुम्ही दोघेही मला आधी मारा, म्हणताय, तेही तुमचा काही गुन्हा नसताना... हा सगळा काय प्रकार आहे?' बिरबल आणि तानसेन म्हणाले, 'ते आम्ही तुम्हाला नाही सांगू शकत. हवं तर तुमच्या बादशहालाच विचारा. त्यांना नक्की माहीत असेल.

'शिपाई बादशहाकडे गेले आणि त्यांनी त्याला घडला प्रकार सांगितला. बादशहापण ते ऐकून बुचकळ्यातच पडला. तो स्वतः कारागृहात आला आणि त्यानं या दोघांना विचारलं, 'तुम्हाला नक्की काय म्हणायचं आहे? तुम्ही ही अशी जगावेगळी मागणी का करता आहात?' त्यावर बिरबल म्हणाला, 'सरकार, त्याचं काय आहे, आमच्या बादशहाला काबूलवर आक्रमण करून हा देश जिंकून घ्यायचा आहे. पण आमच्याकडच्या एका भविष्यकारानं सांगितलं की काबूलच्या बादशहाची पुण्याई फार मोठी आहे, त्यामुळे तो काही सहजासहजी पराभूत होणार नाही. त्यासाठी दोन निरपराध ब्राम्हणांची त्याच्याकरवी हत्या घडवून आणावी लागेल.

म्हणून आम्हा दोघांना इथे पाठवण्यात आलं आहे. उलट तुम्ही आम्हा दोघांना सन्मानपूर्वक इथून पाठवून दिलंत तर मात्र तुम्हाला जगात कुणीही हरवू शकणार नाही. शिवाय त्या भविष्यकारानं असंही पुढे सांगितलं की ज्या ब्राम्हणाची हत्या आधी होईल तो पुढच्या जन्मी काबूलचा राजा होईल आणि नंतर हत्या होईल तो काबूलचा वजीर होईल. तर आम्हा दोघांनाही राजा व्हायची इच्छा असल्यामुळे आम्ही आधी फाशी जाण्यासाठी हट्ट करतोय.' तानसेन म्हणाला, 'अगदी बरोबर आहे हे. तर मग सरकार, आपण दयाळूपणानं मलाच आधी फाशी दिलीत तर बरं होईल.' ते ऐकताच बादशहा म्हणाला, 'मग तर मी तुम्हाला मुळीच मारणार नाही. शिपायांनो, यांना ताबडतोब सोडा आणि दरबारात घेऊन या.' त्या दोघांना दरबारात हजर केल्यावर काबूलच्या बादशहानं दोघांना भरपूर जडजवाहिर, रेशमी कपडेलत्ते आणि भेटवस्तू दिल्या आणि त्यांची सन्मानानं रवानगी केली.

दोघेही परतीच्या प्रवासाला लागले. थोड्या दिवसांनी दिल्लीत परत आले.

दरबारात हजर झाल्यावर तानसेन बादशहाला मुजरा करून म्हणाला, सरकार, हा बिरबल नसता, तर मी काही आजचा दिवस बघायला जिवंत राहिलो नसतो. याच्या हुशारीला तोड नाही. तुम्ही याला वजीर केले आहे ते बरोबरच आहे. हाच माणूस वजीरपदासाठी योग्य आहे.'

दरबारातील सरदारांना हा सगळा काय प्रकार आहे तेच कळेना. कारण पत्रात बादशहानं काय लिहिलं आहे हे त्यांनाही माहीत नव्हतं. मग बादशहानं तानसेनाला सगळी हकीकत सांगण्याचा हुकूम केला. ती कहाणी ऐकल्यावर दरबारी थक्कच झाले. बादशहा त्यांना म्हणाला, 'आता तुम्हाला कळलं का, की मी बिरबलाला इतकं महत्त्वं का देतो ते? तानसेन कितीही थोर गायक असला तरी गाणं वेगळं आणि राज्यकारभार करणं वेगळं, प्रसंगी स्वत:सोबत इतरांचे प्राण वाचवण्याचं धैर्य असणंही वेगळं.

आता तरी तुम्ही सगळ्यांनी बिरबलाचा द्वेष करणं सोडून द्या.' सगळ्या सरदारांनी माना खाली घातल्या. दरबार संपल्यावर बिरबल घरी गेला खरा, पण मनातून त्याला कुठेतरी उदास वाटून गेलं. त्याच्या मनात आलं की, 'सरदारांच्या मनातली माझ्याबद्दलची द्वेष भावना काढून टाकणं हा हेतू कितीही चांगला असला तरी बादशहानं आपल्या जिवावर बेतेल अशी योजना करायला नको होती. देवाच्या कृपेनं जर मला काहीच युक्ती सुचली नसती तर विनाकारण आम्हा दोन निरपराध माणसांना फासावर जावं लागलं असतं आणि आमची कुटुंबं उघड्यावर पडली असती.' बादशहा कितीही चांगला असला तरी त्याच्यात काही प्रमाणात दुष्टावा होता ही गोष्ट खरी आहे. आणि या प्रसंगाच्या निमित्तानं तो काढून टाकण्याचा बिरबलनं मनोमन निश्चयच करून टाकला. आणि पुढे जाऊन त्यानं तसे प्रयत्न केलेही आणि त्याला काही प्रमाणात यशही मिळालं.

हातपाय पोटाशी घ्या

एकदा सगळे सरदार बादशहाकडे गेले आणि म्हणाले, 'सरकार, आम्हाला हे मान्य आहे की बिरबल सर्वात जास्त हुशार आहे. पण याचा अर्थ आमच्यात काहीच हुशारी नाही असं नाही. तेव्हा आमची आपल्याला अशी विनंती आहे, की आम्हालाही अधून मधून संधी देण्यात यावी. नाहीतर आमच्या सरदारकीचा उपयोग काय? जो उठतो तो बिरबलाकडेच जातो. मग आम्ही काय करायचं? आमच्याबद्दल कुणाला आदरच वाटेनासा झाला आहे.'

बादशहा म्हणाला, 'काहीच हरकत नाही. मी इथून पुढे तुम्हालाही माझे प्रश्न सोडवण्याची संधी नक्कीच देत जाईन. थांबा, आत्ताच तशी एक संधी आहे तुमच्यासमोर...' असं म्हणून बादशहानं आपल्या पलंगावरची एक रजई उचलली. ती रजई छोट्या राजपुत्राची होती आणि चुकून बादशहाच्या महालात आलेली होती. लहान मुलासाठी असल्यामुळे ती बादशहाच्या मानाने काहीशी आखूड होती. काल रात्रीच ती पांघरताना बादशहाच्या ते लक्षात आलेलं होतं.

पण आज ही बरी संधी चालून आली होती सरदारांची परिक्षा घेण्याच्या दृष्टीनं. बादशहा म्हणाला, 'असं करूया, मी आता पलंगावर झोपतो, तुम्ही माझ्या अंगावर ही रजई अशी घाला की जेणेकरून माझं सगळं अंग झाकलं जाईल. माझे हात किंवा पाय काहीही उघडं पडता कामा नये, बरं का?' सगळे सरदार आनंदानं पुढे गेले. म्हणाले, 'हात्तिच्या, एवढंच ना सरकार? आत्ता पांघरतो तुम्हाला ही रजई. त्यात काहीच अवघड नाही.' असं म्हणून ते पुढे झाले आणि बादशहाला ती घालायला लागले. पण ती रजई होती आखूड, आणि हे काही त्या सरदारांना माहीत नव्हतं. त्यामुळे त्यांनी कितीही प्रयत्न केला तरी बादशहाचं सगळं अंग काही झाकलं जाईना.

कधी त्यांचे पाय उघडे पडायचे तर कधी वरचं अंग. पण संपूर्ण शरीर काही झाकलं जाईना. सगळेजण बुचकळ्यात पडले. काय करावं, ते कुणालाच सुचेना. बादशहा मनातून हसत होता. तितक्यात तिथे बिरबल आला. बादशहानं बिरबलाला हीच कामगिरी पार पाडायला सांगितली. सरदारांची खात्री होती की त्यालाही हे काम जमणार नाही, आणि आता तरी त्याची चांगली जिरेल. त्यामुळे ते मोठ्या कुतुहलानं काय घडतं ते पहायला लागले. बिरबलानं काही क्षण निरीक्षण केल्यावर त्याच्या लगेचच लक्षात आलं की ही रजई लहान आहे आणि त्यात बादशहाचं सगळं अंग नक्कीच मावणार नाही. त्यामुळे तो म्हणाला, 'सरकार, तुमचं अंग नक्कीच झाकलं जाईल, पण तुम्ही आधी हातपाय पोटाशी आखडून घ्या बरं.'

बादशहानं त्याप्रमाणे केल्यावर बिरबलानं त्याच्या अंगावर ती रजई घातली. त्याबरोबर बादशहाचं सगळं अंग रजईच्या आत झाकलं गेलं. बादशहा हसत हसत उठला आणि उभा राहिला. मग तो सरदारांना म्हणाला, 'बोला, आता काय म्हणणं आहे तुमचं?' त्यावर सगळ्यांनी माना खाली घातल्या. बिरबलाला जरी सगळा प्रकार माहीत नसला तरी अंदाजानं ओळखण्याइतका हुशार तो नक्कीच होता. तो आपला शांतपणे उभा राहून एकदा बादशहाकडे तर एकदा सरदारांकडे पहात राहिला. काही वेळाने सगळे सरदार चुपचाप तिथून निघून गेले.

गाईची पुण्याई

कितीही थपडा बसल्या तरी मत्सरी सरदारांनी आपल्या कारवाया काही थांबवल्या नाहीत. बिरबलाविरुद्ध काही ना काही तरी कटकारस्थान रचल्याखेरीज त्यांचा दिवसच जात नसे. एकदा बिरबल दरबारात आला नव्हता. ही संधी साधून ते सगळे बादशहाला म्हणाले, 'सरकार, मागच्या वेळी तानसेननी स्वत: बिरबल श्रेष्ठ असल्याचं मान्य केलं खरं; पण आम्हाला सर्वांना तरी तानसेनच श्रेष्ठ वाटतो. तो अतिशय विनम्र आहे. म्हणूनच त्यानं बिरबलाला इतका मान दिला आणि स्वत:कडे कमीपणा घेतला.'

बादशहा म्हणाला, 'बरं, मग?' सरदार म्हणाले, 'आमची अशी इच्छा आहे की आपण या दोघांना नेपाळच्या राजाकडे पाठवावंत. तो राजा हिंदू असल्यामुळे तो दोघांमध्ये पक्षपात करणार नाही. दोघांपैकी जो कुणी खरोखरच श्रेष्ठ असेल, त्याचंच कौतुक करेल.' बादशहानं ते मान्य केलं.

आता नेपाळच्याच राजाचं नाव सरदारांनी का घेतलं, तर त्यामागे एक कारण होतं; नेपाळचा राजा हा संगीताचा चाहता होता. त्याला संगीताची जाणही होती आणि पारखही. त्यामुळे तो तानसेनला श्रेष्ठ ठरवणार हे निर्विवादच होतं. त्यामुळे बनेल सरदारांनी त्याच्याकडे या दोघांना पाठवण्याची बादशहाला गळ घातली. बादशहानंही ती ताबडतोब मान्य केली कारण, कुणाकडेही पाठवलं तरी बिरबल आपली हुशारी सिद्ध करणारच हे त्याला निश्चितपणानं माहीत होतं. त्यानुसार त्यानं या दोघांना एक पत्र देऊन नेपाळला पाठवलं. मागचा अनुभव गाठीशी होताच. त्यामुळे तानसेन मनातून घाबरलेला होता, पण करतो काय? बादशहाची आज्ञा मोडायचीही त्याच्यात हिंमत नव्हती. पण तरी बिरबल बरोबर होता हीच त्यातल्या त्यात समाधानाची गोष्ट होती. त्याच्या भरवशावर तो नेपाळला जायला निघाला.

या खेपेलाही दोघांना पत्रात बादशहानं काय लिहिलं आहे ते माहीत नव्हतंच. तरी पण दोघे निघाले आणि यथावकाश नेपाळमध्ये जाऊन पोचले. ताजेतवाने झाल्यावर दुसऱ्या दिवशी दोघंही तिथल्या राजाच्या दरबारी जाऊन दाखल झाले. पत्र राजाला दिलं आणि वाट पहायला लागले की आता पुढे काय घडतं. राजानं ते पत्र वाचलं आणि हसून म्हणाला, 'तुमच्या बादशहाची अशी इच्छा आहे की मी तानसेनचं गाणं ऐकावं आणि बिरबलाचं चातुर्य आजमावून पहावं. मग दोघांमध्ये कोण श्रेष्ठ आहे ते ठरवून बादशहाला पत्रातून कळवावं.' तानसेननं मनात 'हुश्श,' केलं. म्हणाला, 'इतकंच ना हुजूर? मी आत्ता गाऊन दाखवतो. कोणता राग गाऊ सांगा.' राजा म्हणाला, 'मी असं ऐकलं आहे की तुम्ही मेघमल्हार गायला लागल्यावर पाऊस पडतो आणि दीपराग गायल्यावर दिवे लागतात. तर हे खरं आहे का? असेल तर आम्हाला त्याचा अनुभव घ्यायची इच्छा आहे.' तानसेन हसून म्हणाला, 'मी प्रयत्न करतो सरकार. पण दीपराग रात्रीच गावा लागेल.'

राजानं ते मान्य केलं आणि तानसेननं मेघमल्हार आळवायला सुरुवात केली. थोड्या वेळानं खरोखरच तिथे पाऊस पडायला लागला. सगळेजण चकितच झाले. मग संध्याकाळी पुन्हा मैफिल सजली. तिथे मुद्दामच अंधार ठेवण्यात आलेला होता. तानसेन दीपराग आळवायला लागल्यावर चमत्कारच घडला. एक एक करून तिथले सगळे दिवे लागले. राजा भयंकर खुश झाला. दरबाऱ्यांनीही तानसेनची प्रचंड तारीफ केली. राजा म्हणाला, 'आता उद्या आपण बिरबलच्या चातुर्याची परिक्षा घेऊया.'

आता बिरबलाला राजाचं संगीतप्रेम माहीत होतं. त्यामुळे तो विचारात पडला. त्याला एक युक्ती सुचली. निघता निघता तो राजाचा निरोप घेण्यासाठी म्हणून राजाजवळ गेला आणि त्याच्या कानात हळूच म्हणाला, 'सरकार, एक गुप्त गोष्ट सांगतो तुम्हाला. तुम्ही जर तानसेनला श्रेष्ठ ठरवलंत तर शंभर गाई कापून जश्न करायचा आणि जर मला श्रेष्ठ ठरवलंत तर शंभर गाई दान करायचं असं आमच्या बादशहानं ठरवलं आहे.

तुम्ही स्वत: हिंदू आहात, त्यामुळे तुमच्या माथी पाप लागू नये गोहत्येचं म्हणून मी तुमच्या कानी घातलं एवढंच.' आणि इतकं बोलून बिरबल निघून गेला. तिकडे राजा रात्रभर तळमळत जागा होता. त्याला तानसेनचं गाणं खूपच आवडलं होतं, पण गोहत्येचं पाप तर लावून घ्यायचं नव्हतं. त्यामुळे त्यानं दुसऱ्या दिवशी बिरबलाची नावालाच परिक्षा घेतली आणि तोच श्रेष्ठ असल्याचं जाहीर करून पत्रात तसं लिहूनही दिलं. दिल्ली दरबारात पोचल्यावर नेपाळच्या राजाच्या पत्राचं दरबारात जाहीर वाचन झालं. बादशहा सरदारांना म्हणाला, 'बोला, आता तुमचं काय म्हणणं आहे?' सरदार काय बोलणार? तोंडात मारल्यासारखे गप्प बसले, तानसेनला मात्र कधीच कळलं नाही की नेपाळच्या राजाच्या दरबारात नेमका प्रकार काय घडला!

बिरबलाची पगडी

एके दिवशी बिरबलाच्या घरी काहीतरी धार्मिक कार्यक्रम होता. सकाळी लवकर उठून त्यानं तो पार पाडला आणि दरबारात वेळेवर हजर झाला. आजच्या कार्यक्रमानिमित्त त्यानं नवीकोरी पगडी बांधलेली होती. पगडीचं कापड कोरंच असल्यामुळे ती फारच आकर्षक आणि कडक दिसत होती. कापडाच्या नवेपणाचा रंगही छान खुलून दिसत होता. त्याच्या कपाळावर रोजच्यापेक्षा जास्त ठळक असा तिलकही लावलेला होता. त्याच्या अंगावरचे कपडे विशेष सणासुदीचे होते आणि त्यानं गळ्यात सुरेखशी मोत्याची माळही घातलेली होती. एकंदरितच बिरबल आज नेहमीपेक्षा जरा जास्तच देखणा दिसत होता. दरबारात आल्या-आल्याच त्यानं सगळ्यांचं लक्ष स्वत:कडे वेधून घेतलं. बादशहालाही त्याचं ते रुप आवडलं. तो म्हणाला, 'वाह, बिरबल, आज काय विशेष?' बिरबल म्हणाला, 'आज एक धार्मिक कार्यक्रम होता घरी.'

बादशहा म्हणाला,

'शाब्बास, आणि तरीही दरबारात वेळेवर आलास. छान. पण मला तुझी आजची पगडी फारच आवडली. सुरेख बांधली आहेस.'

ते ऐकून सरदार लोक आपापसात कुजबुजायला लागले. म्हणाले, 'त्यात काय मोठं विशेष? खाविंद बघावं तेव्हा बिरबलाचं उगीचच कौतुक करत असतात. राज्यकारभारातल्या कामकाजाचं एक ठीक आहे. पण बिरबलानं साधी पगडी बांधली तरी त्याची इतकी तारीफ करायची का? सरकार विनाकारणच या बिरबलाला डोक्यावर चढवून ठेवत असतात.' बादशहाच्या कानावर ती कुजबुज गेली. तो म्हणाला, 'काय मंडळी, तुमचं काहीतरी म्हणणं आहे वाटतं? आपापसात मोठ्यानं सांगा जरा.' मग एक सरदार धाडस करून उठला आणि म्हणाला, 'काही नाही खाविंद, आम्ही असं म्हणत होतो की पगडी काय, कुणालाही बांधता येईल, त्यात काय मोठंसं?'

बादशहा म्हणाला,

'ठीक आहे तर मग, असं कर, उद्या तू दरबारात अशीच पगडी बांधून ये, म्हणजे मग आपल्याला दोघांमध्ये जास्त चांगली कुणाची होती हे ठरवता येईल.' त्या सरदारानं ते आव्हान स्वीकारलं. ठरल्याप्रमाणे दुसऱ्या दिवशी तो अतिशय झोकदार पगडी बांधून दरबारात आला. त्याला पाहताच बाकीचे सरदार मोठ्या आवाजात त्याची प्रशंसा करायला लागले. सगळ्यांना वाटलं, आता बादशहा त्याला बिरबलापेक्षा चांगलं ठरवून मोठं इनाम देणार. त्यांच्या अपेक्षेप्रमाणे बादशहानं त्याच्या पगडीची स्तुती केली. म्हणाला, 'वाह, क्या बात है. तू खरोखरच सुरेख पगडी बांधलेली आहेस.' ते ऐकून त्याच्यासकट सर्व सरदारांना वाटलं की, आता आपण जिंकली. आज तरी या बिरबलाची नक्कीच जिरणार. तितक्यात बिरबल हसून म्हणाला, 'सरकार, कुणाची स्तुती करायचीच असेल, तर ती याच्या बायकोची करायला हवी. कारण यानं बायकोकडून पगडी बांधून घेतली आहे.'

बादशहानं चकित होऊन त्या सरदाराला विचारलं, 'काय रे, बिरबल म्हणतो ते खरं आहे का?'

त्यावर तो सरदार चिडून म्हणाला, ‘मुळीच नाही सरकार, ही पगडी माझी मीच बांधलेली आहे. हा बिरबल काय वाट्टेल ते बोलतोय.’

बादशहा म्हणाला, ‘ठीक आहे तर मग, असं कर, आत्ताच्या आत्ता ती पगडी सोड आणि या सर्वांच्या देखत पुन्हा होती तशी सुरेख बांधून दाखव. इथेच होईल दूध का दूध और पानी का पानी.’

सरदार म्हणाला, ‘आत्ता दाखवतो सरकार,’ असं म्हणून त्यानं पगडी सोडली आणि पुन्हा बांधायला लागला. पण गंमत अशी झाली की घरी त्यानं ती आरशापुढे उभं राहून बराच वेळ खर्च करून शांतपणे बांधलेली होती. इथे आरसाही नव्हता, पुरेसा वेळही नव्हता आणि रागावल्यामुळे त्याचं मनही नीट लागत नव्हतं.

त्यामुळे साहजिकच त्याची पगडी काही मगासारखी सुंदर आली नाही. कशीतरी गुंडाळल्यासारखी ती वेडीवाकडी दिसत होती. ती पाहून आता दरबारीही हसायला लागले.

बिरबलही इतका वेळ आपल्या आसनावर बसून त्याची सगळी धांदल मजेत बघत होता. त्यालाही हसू आवरेना.

बादशहा रागावून म्हणाला, ‘कमाल झाली. बिरबलाचा अपमान करण्याकरता तुम्ही काय वाट्टेल ते करत असता. आज पगडी बायकोकडून बांधवून घेतलीत. आता उद्या युद्धावरही बायकोलाच पाठवून द्याल. तेही जर जमत नसेल तर दरबारात मी तुझी नेमणूक केली तरी कशाला? त्यापेक्षा इथे स्त्रीराज्यच उभारलेलं बरं पडेल.’

ते ऐकून तो सरदार इतका खजिल झाला की त्यानं दरबार संपेपर्यंत तोंड वरही काढलं नाही.

गाढव आणि गाढववाला

बादशहाला वेष पालटून आपल्या राज्यात भटकायची सवय होती. बहुतेक वेळा त्याच्यासोबत बिरबल असायचाच. एकदा ते दोघे असेच फिरत फिरत शेजारच्या गावी गेले. परत येताना मात्र चांगलीच संध्याकाळ दाटून आलेली होती. आजच्या दिवसात विशेष काहीच न घडल्यामुळे बादशहा चांगलाच कंटाळलेला होता. शिवाय त्याला भूकही लागलेली होती.

बिरबलानं वेगवेगळे विषय काढून बादशहाचं मन प्रसन्न करण्याचा प्रयत्न केला. पण आज काही केल्या स्वारीची कळी खुलतच नव्हती. शेवटी बिरबल म्हणाला, 'सरकार, आपण जरा या दगडावर बसता का? मी आसपास जाऊन काही खायला-प्यायला मिळतं का ते पाहून येतो.' बादशहा 'बरं,' म्हणाला आणि तिथेच एका मोठ्या दगडावर पाय पसरून निवांत बसला.

पंधरा मिनिट झाली, अर्धा तास झाला, तास झाला... पण बिरबल काही येईना. आता मात्र बादशहा चांगलाच कंटाळला. त्यातून हळूहळू अंधारही पडायला लागलेला होता.

वैतागलेला बादशहा उठला आणि इकडे तिकडे फिरायला लागला. तितक्यात लांबूनच त्याला एक गाढववाला आपल्या गाढवाला हाकलत येताना दिसला. तो समोर आला म्हणून बादशहा बाजूला सरकला. तर गाढववाला आणि त्याचं गाढव त्याच्याच दिशेला सरकले. बादशहा दुसऱ्या बाजूला वळला तर तेही दोघे वळले. असं तीनचारदा झाल्यावर बादशहा चांगलाच खवळला आणि ओरडून म्हणाला, 'अरे ए, दीडशहाण्या, तुझ्या त्या गाढवाला एका जागी थांबव तरी जरा.' त्यावर तो गाढववाला म्हणाला, 'सरकार, तेच तर करतोय किती वेळचा. पण तुम्ही थांबताय कुठं?'

बादशहानं चमकून नीट पाहिलं.

गाढववाला ओळखीचा वाटला. आणि मग क्षणार्धातच त्यांच्या लक्षात आलं की अरे, हा तर बिरबल! त्यानंतर मात्र बादशहा जे काही हसायला लागला ते कितीतरी वेळ हसतच होता. म्हणाला, 'अरे, बिरबल, हे काय सुचलं तुला नवीन? आणि हे गाढव कुठून मिळवलंस?' बिरबल म्हणाला, 'अहो, मी खायला काही मिळतंय का ते पहायला गेलो, तर या गाढवाच्या मालकाचं खोपटं दिसलं. त्याला थोडे पैसे दिले आणि त्याच्या बायकोला मी स्वयंपाक करायला सांगितला आपल्यासाठी आणि हे गाढव थोडा वेळ भाड्यानं घेतलं. तो पहा, तो येतोच आहे गाढववाला, खाणं घेऊन.' लांबून खरोखरंच एक माणूस डोक्यावर टोपलं घेऊन येताना दिसत होता. तो जवळ आला आणि बिरबलाला म्हणाला, 'सरकार, हे घ्या जेवण. आणि द्या ते गाढव माझं मला परत.' मग दोघांनी ते जेवण घेतलं, गाढव परत दिलं. भरपेट जेवण करून दोघे मार्गी लागले. आता मात्र बादशहाचं मन चांगलंच ताजंतवानं झालं होतं.

देणेकरी बिरबल

एके दिवशी बिरबलाच्या घरचा नोकर निरोप घेऊन आला की त्याच्या आईला बरं नाहीए. त्यामुळे बिरबल बादशहाच्या परवानगीनं लवकर घरी गेला. दुसऱ्या दिवशी दरबारात नेहमीप्रमाणे तो हजर झाला आणि बादशहाला सलाम करून तो जागेवर जाऊन बसला. पण आज सगळे लोक आपल्याकडेच पाहत आहेत हे त्याच्या चाणाक्ष नजरेनं तात्काळ ओळखलं. पण तो काही न बोलता शांतपणे बसून राहिला. त्याच्या मनात आलं, 'काय एक दिवस लवकर घरी गेल्यामुळे बाकीच्यांचा जळफळाट झालेला दिसतोय.' पण तरीही तो काहीच न बोलता बादशहाच्या बोलण्याची वाट पहात थांबला.

बादशहा म्हणाला, 'बिरबल, रोज तू इतरांचा न्यायनिवाडा करतोस, आज तुलाच आरोपीच्या पिंजऱ्यात उभं रहायचं आहे.'

बिरबलाला काही कळेचना. तो गोंधळून जाऊन म्हणाला, 'पण खाविंद, माझा अपराध तरी काय आहे?'

बादशहा म्हणाला, 'सांगतो, पण मला एक वचन देशील का, की तू कोणत्याही प्रकारचा पक्षपात करणार नाहीस. आरोपी तू स्वतः असूनही योग्य तोच न्याय देशील?'

बिरबल उठून उभा राहिला आणि म्हणाला, 'सरकार, मी तुम्हाला वचन देतो, की मी न्याय देण्यात कोणतीही कसर ठेवणार नाही. पण आपण सांगा तर खरं, की माझ्यावरचा आरोप काय आहे?'

बादशहा म्हणाला, ‘हे पहा, हे आपल्या शहरातील सुप्रसिद्ध सावकार खेमचंद शेठ. त्यांनीच तुझ्याविरुद्ध तक्रार नोंदवली आहे. खेमचंद, तुम्हीच ऐकवा यांना ती तक्रार.’

खेमचंद सावकार सांगायला लागला, ‘सरकार, हा बिरबल माझा देणेकरी आहे. यानं एक महिन्याभरापूर्वी माझ्याकडून दहा हजार सुवर्णमुद्रा घेतल्या होत्या. काहीतरी तातडीची अडचण आहे आणि महिन्याभराच्या आतच परत करेन असं म्हणाले होते. पण महिना उलटून गेला तरी यांचा पत्ता नाही. त्यामुळे मी स्वतःच माझे पैसे वसूल करण्यासाठी यांच्या घरी गेलो. सोबत मी आमच्यामध्ये झालेला लेखी करारही नेला होता. मी त्यांच्याकडे पैसे मागितल्यावर हे म्हणाले की कसले पैसे? म्हणून मी त्यांना करार दाखवला तर त्यांनी तो माझ्या हातातून हिसकावूनच घेतला आणि फाडून जाळून टाकला.

इतके सगळे झाल्यावर मात्र माझा नाईलाज झाला आणि मला तुमच्याकडे दाद मागावी लागली.' ही कपोलकल्पित कहाणी ऐकताच बिरबल अक्षरश: थक्कच झाला. आपल्यावर जळफळणारे सरदार प्रसंगी कोणत्या थराला जाऊ शकतात याचा हा जणू जिवंत पुरावाच होता. आपल्याला बदनाम करून आपला काटा काढण्यासाठी सरदारांनीच रचलेले हे कारस्थान आहे हे ओळखायला त्याला क्षणाचाही वेळ लागला नाही. त्याला वाईट तर वाटलंच, शिवाय भयंकर संतापही आला. तरीही तो शक्य तितक्या शांतपणे बादशहाला म्हणाला, 'सरकार, हा सगळा बनाव आहे माझ्याविरुद्ध रचलेला. आणि हा सावकार जर इतकं म्हणतोच आहे, तर त्याला साक्षीपुरावा सादर करायला सांगा ना.'

बादशहा काही बोलायच्या आतच खेमचंद सावकार पटकन म्हणाला, 'पुरावा इथेच आहे सरकार. सरदार हुसेन खान आणि त्यांच्या शेजारी बसलेले ते पाच-सहा सरदारही त्या दिवशी माझ्यासोबत बिरबलाच्या घरी आले होते. विचारा हवं तर त्यांना.'

सावकाराचं ते बोलणं ऐकून बिरबल जोरजोरात हसायला लागला. त्याचं ते हसणं ऐकून बादशहासकट सगळेजणच चक्रावून गेले. बादशहा म्हणाला, 'कमाल झाली बिरबल, इथे तुझ्यावर इतका गंभीर आरोप करण्यात आलाय, तरी पण घाबरून जायच्या ऐवजी तू खुशाल हसतो आहेस?'

बिरबल म्हणाला, 'हसू नको तर काय करू सरकार? अहो, आपण एक क्षणभर असे गृहीत धरू, की या सावकाराकडून मी खरोखरच दहा हजार रुपये कर्ज घेतले होते.

पण हुसेन खान आणि बाकीचे सरदार काय त्याचे वसूली अधिकारी आहेत की काय? ते कशाला याच्याबरोबर माझ्या घरी आले होते? तरी पण समजा आलेच असतील, तर इतरांचे न्यायनिवाडे करणारा मी सरकारी माणूस, त्यांच्यासमोर करार फाडून, जाळून पुरावा नष्ट करण्याचा वेडपट प्रयत्न करेन का? आणि ही मंडळी या सावकाराची इतरही येणी वसूल करायला याच्याबरोबर जातात का? की मी करार फाडणार आहे असं या सावकाराला स्वप्न पडलं होतं, म्हणून तो आधीच त्यांना आपल्यासोबत घेऊन आला? आणि कुणाला आणायचंच होतं, तर शहरात इतरही प्रतिष्ठित माणसं आहेत की, किंवा याच्या मुनिमाला आणायचं होतं सोबत. दरबारी सरदारांनाच का घेऊन आला हा? सरकार, हा सगळा कट आहे. खोटं कारस्थान रचलेलं आहे मला बदनाम करण्यासाठी.' बादशहालाही ते सगळं मनापासून पटलं.

तो खूपच चिडला. संतापून म्हणाला, 'काय रे खेमचंद आणि हुसेन खान, आता खरं काय ते कबूल करता, की तुम्हा सर्वांनाच कायमचं तुरुंगात डांबू?' बादशहाचा रुद्रावतार पाहून सगळ्या लबाड माणसांची भंबेरीच उडाली. तो खेमचंद सावकार हात जोडून थरथर कापत बादशहाला म्हणाला, 'सरकार, हा बनाव मी नाही रचला. हे सगळं कारस्थान त्या हुसेन खानचं आहे. बाकीचेही त्याला सामील आहेत. मी एकटाच मात्र बळीचा बकरा झालो. बिरबल महाराजांनी माझ्याकडून कोणतंही कर्ज घेतलेलं नाही.'

आता मात्र बादशहा चांगलाच संतापला. तो काही बोलणार तोच हुसेन खान त्याच्या पायाशी गडाबडा लोळायला लागला आणि रडत रडत म्हणाला, 'खाविंद, क्षमा करा. मी पुन्हा असं करणार नाही. माझी चूक झाली. पण मी ती पुन्हा होऊ देणार नाही.'

बादशहा कडाडला, ‘आता मोठं रडू येतंय. पण माझ्या वजीरावर आणि मुख्य न्यायाधिशावर असा घाणेरडा आरोप करताना लाज नाही का वाटली? नालायकांनो, किती खालच्या पातळीवर उतरलात तुम्ही बिरबलाला बदनाम करण्यासाठी?’

हुसेन खान, बाकीचे चार-पाच सरदार आणि तो खेमचंद माना खाली घालून अश्रू ढाळत बसलेले होते. त्यांच्याकडे जळजळीत नजरेनं पहात बादशहा म्हणाला, ‘मूर्खांनो, तुमची सूडबुद्धी तुम्हाला कुठल्या थराला घेऊन गेली ते पहा. तुमची आता धडगत नाही. तुम्हा सर्वांना एकेक महिन्यांची तुरुंगवासाची शिक्षा भोगावी लागेल.’

ते ऐकून सगळे गुन्हेगार आणखीनच रडायला लागले. बिरबलाला त्यांची दया आली. तो म्हणाला, ‘खाविंद, राज्यातले इतके प्रतिष्ठित लोक आहेत हे, की यांना तुरुंगवास झाल्याचं समजलं तर शहरात फार बदनामी होईल यांची. यांना दुसरी काहीतरी शिक्षा द्या.’

बादशहा म्हणाला, 'बघा, त्या बिरबलाचं मन किती मोठं आहे ते. तुम्ही त्याला बदनाम करायला निघाला होता, पण त्याला तुमच्या बदनामीची काळजी पडलेली आहे. ठीक आहे, मी बिरबलाचं मन राखण्यासाठी तुम्हाला तुरुंगवास देत नाही. पण त्याऐवजी तुम्हाला दुसरी शिक्षा भोगावी लागेल.' सगळे सरदार आणि खेमचंद सावकार एकसुरात म्हणाले, 'सरकार, आपण म्हणाल ते करायला तयार आहोत आम्ही.'

बादशहा म्हणाला, 'या बिरबलावर तुम्ही दहा हजार सुवर्णमुद्रा घेतल्याचा आरोप केला होता ना? तर आता तुम्हीच प्रत्येकानं त्याला दहा हजार सुवर्णमुद्रा भेट म्हणून द्यायच्या आहेत. हाच तुमचा दंड आहे.'

सगळ्यांनी ते तात्काळ मान्य केलं आणि बादशहाच्या आज्ञेची अंमलबजावणीही केली. बिरबलाला मात्र काही न करता साठ-सत्तर सुवर्णमुद्रा मिळाल्या. शिवाय हुसेन खानची खोड मोडली ती वेगळीच.

बदमाशांचे दात घशात

बिरबलावर जळफळणाऱ्या सरदारांनी अनेक वेळा बादशहाकडे त्याच्याविरुद्ध कागाळ्या करून पाहिल्या, त्याचा अपमान करून पाहिला पण दरवेळी त्यांचीच नाचक्की व्हायची आणि त्यांना हात चोळत, दातओठ खात गप्प बसावं लागायचं. एकदा त्यांनी असं ठरवलं की, बादशहाकडे जायचंच नाही. आपण परस्परच बिरबलाचा काटा काढायचा.

सगळ्या कारस्थानी सरदारांनी एकत्र येऊन बराच वेळ काथ्याकूट केला आणि मग एक बेत नक्की केला. त्यानुसार त्यांनी काही कागदांवर बिरबलाची बदनामी करणारा घाणेरडा मजकूर लिहिला आणि शहरात ते कागद जगोजागी, मोक्याच्या जागांवर अगदी उंचावर चिकटवून टाकले.

तो मजकूर वाचून लोकांमध्ये जोरदार चर्चा सुरु झाली. खरं तर सर्वसामान्य लोकांच्या मनात बिरबलाबद्दल अत्यंत आदर होता.

कारण बिरबल होताच तसा. तो वेळोवेळी अडचणीत सापडलेल्या लोकांच्या मदतीला धावून जात असे. दरबारातही उत्तम न्यायनिवाडा करून निरपराध लोकांना न्याय मिळवून देत असे. याखेरीज त्याचे व्यक्तिगत जीवनही अत्यंत स्वच्छ होते. त्याच्या चारित्र्यावर कुठेही डाग नव्हता. अतिशय सरळमार्गी आणि धार्मिक प्रवृत्तीचा बिरबल कोणतेही भलतेसलते उद्योग करायचा नाही. असं असूनही त्याच्याबद्दल इतकं वाईट लिहिलं तरी कुणी आणि का?

शहरभर चर्चेला अगदी ऊत आलेला होता. अखेरीस ही बातमी कानोकानी पसरत बिरबलापर्यंत येऊन पोचली. ती बातमी ऐकून बिरबलाला आश्चर्यच वाटलं. त्यानं स्वत: जाऊन ते सगळे कागद पाहिले, वाचले आणि खात्री करून घेतली. मग त्यानं बादशहाशी यावर विचारविनिमयही केला. बादशहा म्हणाला, 'बिरबल, मला खरंच खूप वाईट वाटतं.

मी तुला खूप महत्त्व देतो हे कितीतरी जणांना सहन होत नाही, याचाच हा परिणाम आहे. कुठल्या ना कुठल्या तरी प्रकारे तुला त्रासच देण्याचा उपद्व्याप करत असतात हे लोक. माझ्याकडून तुला पूर्ण मोकळीक आहे. तू तुला हवा तसा याचा बंदोबस्त कर.' आता इतकी परवानगी मिळाल्यावर बिरबलानं ताबडतोब विचारपूर्वक पाऊल उचललं आणि तो शिपायांना घेऊन स्वत: कागद चिकटवलेल्या प्रत्येक ठिकाणी गेला. त्यानं ते सगळे कागद शिपायांकरवी काढून घेतले आणि थोडे खाली सगळ्यांना दिसतील अशा जागी पुन्हा चिकटवून घेतले. मग त्याच कागदांच्या शेजारी त्यानं स्वत: आणलेले नवे कागदही चिकटवून ठेवले. त्यावर असा मजकूर लिहिलेला होता 'लोकहो, जाहीर निवेदन देण्यात येत आहे की, शहरातील कुणीही, कुणाबद्दलही वाट्टेल तो मजकूर लिहून जागोजागी चिकटवावा. आणि नवीन कायद्याप्रमाणे सरकारही कुणालाही, कधीही, वाट्टेल त्या आरोपाखाली पकडून आजन्म कारावास किंवा फाशीची शिक्षा ठोठावेल.

‘हा नवा आदेश वाचताच जनसामान्यांमध्ये अक्षरश: दहशतच पसरली. याचा परिणाम असा झाला की शहरातील काही सज्जन, प्रतिष्ठित आणि नामवंत लोकांनी एकत्र येऊन विचारविनिमय करून एक निर्णय घेतला आणि त्यानुसार त्यांनीही काही कागदांवर असा मजकूर लिहिला : ‘माननीय बिरबल हे आम्हा सर्वांनाच अत्यंत आदरणीय वाटतात. ते आपल्या राज्याचे भूषण आहेत. कृपया त्यांच्याविरुद्ध घाणेरडा मजकूर लिहून कुणीही त्यांची बदनामी करण्याचा प्रयत्न करू नये. कुणी तसे करताना आढळल्यास त्याला आम्ही ताबडतोब पकडून बादशहाच्या हवाली करू.’

मग हे सगळे कागद त्यांनी आधीच्या घाणेरड्या मजकुराच्या जागी चिकटवून टाकले. मत्सरी सरदारांचा हाही प्रयत्न वायाच गेला. आपल्याला बादशहाच काय, पण लोकही साथ देत नाहीत हे कळल्यावर त्यांचे दात त्यांच्याच घशात गेले. मूग गिळून गप्प बसण्याखेरीज त्यांच्या हाती काहीच उरले नाही.

गुलाबी मोत्यांची माळ

हिंदुस्थानात बाहेरच्या देशांमधून फिरस्ते व्यापारी येत असत आणि आपापला माल खपवून स्वत: मालामाल होऊन मायदेशी परत जात असत. हिरे, मोती, जडजवाहिर, घोडे, गालिचे, उंची अत्तरे... ना ना प्रकारच्या वस्तू घेऊन हे व्यापारी यायचे आणि राज्यात सगळीकडे फिरायचे. असाच एकदा एक पठाण हिरे-मोती घेऊन राज्यात दाखल झाला. त्याच्याकडच्या वस्तू किमती होत्या त्यामुळे साहजिकच तो श्रीमंत लोकांच्या घरी जाऊन आपल्याकडच्या वस्तू दाखवायला लागला.

त्याच्याकडच्या मालाचा खप चांगला झाला. फिरता फिरता तो अल्ताफ मोमीन नावाच्या एका श्रीमंत माणसाकडे गेला. हा माणूस शहरातला चांगला प्रतिष्ठित माणूस होता. त्यामुळे पठाणाला आशा होती की हा खूप खरेदी करेल आणि आपल्याकडच्या वस्तूंना चांगला भाव देईल.

सगळ्या वस्तू पाहिल्यावर अल्ताफनं त्यातली एक सुंदरशी गुलाबी मोत्यांची माळ उचलली. त्यावर पठाण त्याला म्हणाला, 'माशाल्ला! हुजूर तुमची नजर खरंच खूप पारखी आहे. हे गुलाबी मोती अगदी दुर्मिळ असतात. माझ्याकडची सर्वात उंची चीज आहे ही. त्यामुळे सर्वात महागडीपण आहे. माझी खात्री आहे की तुम्ही याचं योग्य मोल कराल.' आणि तो मोठ्या आशेनं अल्ताफकडे पहायला लागला. अल्ताफनं ती माळ नीट न्याहाळली. खरंच, गुलाबी छटा असलेला तो टपोरा मोती मनाला भुरळ घालणारा होता. आपल्या सुंदरशा बायकोला ही किती शोभून दिसेल याचाच तो मनात विचार करत होता. तो म्हणाला, 'हे बघ, तू सांगतो आहेस ती किंमत खूपच जास्त आहे. पण ही माळ फारच सुंदर आहे यात काही शंकाच नाही. पण मला ही माळ माझ्या बायकोला दाखवायची आहे. तू असं कर, ही इथेच ठेवून जा, आणि उद्या याच वेळी परत ये. माझ्या बायकोला जर ही पसंत पडली तर तू सांगशील त्या किंमतीला खरेदी करतो.'

आता इतकी प्रतिष्ठित असामी! नाही तरी कसं म्हणायचं? त्यामुळे पठाणानं ती माळ त्याच्याकडे दिली आणि तो निघून गेला. दुसऱ्या दिवशी परत आला आणि अल्ताफला म्हणाला, 'हुजूर, आवडली का माळ तुमच्या पत्नीला? करणार ना खरेदी?'

त्यावर अल्ताफ मोमीन म्हणाला, 'माळ? कसली माळ? मी तर तुला ओळखतही नाही. चल, चालता हो इथून.' असं म्हणून त्यानं नोकरांकरवी धक्के देऊन पठाणाला हाकलून दिलं. पठाणाला खूपच मोठा धक्का बसला. त्यानं त्याला खूप आठवण करून देण्याचा प्रयत्न केला, विनंती केली पण आपण माळ घेतल्याचं अल्ताफनं साफ नाकारलं.

आता मात्र पठाण हतबुद्धच झाला. काय करावं, त्याला कळेना. तो ज्या धर्मशाळेत उतरला होता तिथे आणखीही काही व्यापारी उतरले होते. ते नेहमी येणारे जाणारे होते. त्यामुळे त्यांना शहराची आणि इथल्या माणसांची चांगली माहिती झालेली होती. त्यांनी त्याला बिरबलाकडे जाण्याचा सल्ला दिला.

त्यानुसार तो दरबारात आला आणि बादशहापुढे आपली कैफियत मांडली. बादशहानं अल्ताफ मोमीनला दरबारात हजर राहण्यास सांगितलं. बिरबल दोघांशीही बोलला. पठाण अगदीच हवालदिल झालेला होता. तो खरं बोलतोय अशी बिरबलाची खात्री पटलेली होती. आणि दुसरीकडे अल्ताफला या प्रकाराबद्दल विचारल्यावर त्यानं कानावर हातच ठेवले. तो म्हणाला, 'सरकार, हा पठाण माझ्यावर खोटा आळ घेतोय. हा माझ्याकडे आलाच नव्हता.' त्याच्या वागण्यातला बेरकीपणा बिरबलाच्या नजरेतून सुटला नाही. बिरबलानं पठाणाला बाजूला बोलावून माळेचं वर्णन करायला सांगितलं. पठाण डोळ्यात पाणी आणून म्हणाला, 'हुजूर, माझ्याकडची सर्वात अस्सल आणि दुर्मिळ मोत्यांची माळ होती ती. सर्वात जास्त किंमती चीज होती. माझं खूप मोठं नुकसान होतंय हो. गुलाबी रंगाची छटा असलेल्या बरोब्बर शंभर मोत्यांची माळ होती ती.'

बिरबलानं एका नोकराला बोलावून त्याच्या कानात हळूच सांगितलं, 'अल्ताफ मोमनच्या घरी जा आणि त्याच्या बेगमसाहेबांना सांग की त्यांच्या पतीने कालची माळ मागितली आहे. ती आणलीस की मला दुसऱ्या दालनात बोलावून घे.' तो नोकर मान डोलावून तिथून निघून गेला.

तो परत येईपर्यंत बिरबलानं इतर कामकाज पाहिलं. थोड्या वेळानं तो नोकर परत आला आणि त्यानं बिरबलाच्या कानात काहीतरी सांगितलं. बिरबल लगेच उठून दुसऱ्या एका दालनात गेला. तिथं अल्ताफ मोमीनच्या बायकोनं दिलेली माळ नोकरानं बिरबलाच्या हवाली केली. बिरबलानं मोत्याच्या आणखी चारपाच माळा मागवल्या आणि रेशमी कापडात गुंडाळून ठेवल्या मग त्या पठाणाला आत बोलावून विचारलं, 'यातली कोणती माळ तुमची आहे? ओळखू शकाल का?' त्यानं तात्काळ आपली माळ ओळखली.

बिरबलाची खात्रीच पटली की पठाण खरं बोलतोय आणि अल्ताफ खोटं. त्यानं पठाणाला दरबारात जायला सांगितलं आणि अल्ताफच्या बायकोलाही दरबारात हजर रहायला सांगितलं. ती येताच बिरबलानं तिला विचारलं, 'बेगमसाहेब, तुमच्या पतिराजानं काल तुमच्यासाठी विकत घेतलेली माळ दोनशे मोत्यांची होती. पण आज तुम्ही पाठवून देताना शंभरच मोत्यांची माळ पाठवलीत. असं का? उरलेले शंभर मोती कुठे आहेत?

ते ऐकताच ती एकदम गडबडली आणि म्हणाली, 'सरकार, माझ्या पतीनं माझ्यासाठी शंभरच मोत्यांची माळ खरेदी केली होती. मी तीच माळ पाठवली. मैं अपने बच्चों की कसम खाकर कहती हूँ. त्या माळेत शंभरच मोती होते. विचारा हवं तर माझ्या पतीला किंवा ज्याच्याकडून ती खरेदी केली त्या पठाणाला.' त्यासरशी अल्ताफचा चेहरा एकदम खर्रकन उतरला.

बिरबलाच्या नजरेतून ते मुळीच सुटलं नाही. बिरबल म्हणाला, 'तुम्ही ती ओळखू शकाल का?' ती म्हणाली, 'नक्कीच.' मग बिरबलानं तिला रेशमी कापडात गुंडाळलेल्या पाचसहा मोत्यांच्या माळा दाखवल्या. त्यातली पठाणाकडून घेतलेली माळ त्या स्त्रीने अचूक ओळखून दाखवली. बिरबलानं पठाणाला बादशहासमोरच विचारलं, 'हीच आहे का तुमची माळ?' पठाण म्हणाला, 'होय सरकार, हीच आहे माझ्याकडची माळ.' बिरबल अल्ताफकडे वळून म्हणाला, 'बोला, आता तुमचं काय म्हणणं आहे याच्यावर?' तो लाजेनं इतका काळवंडला होता की त्याला काय बोलावं तेच सुचेना. तो गप्पच राहिला. बादशहा अतिशय संतापला.

तो म्हणाला, 'कमाल झाली. शहरातले इतके प्रतिष्ठित व्यक्ती आहात तुम्ही आणि इतके हीनपणे वागलात? ही माळ विकत घेणं जड होतं का तुम्हाला? कशासाठी फसवणूक केलीत परदेशी व्यापाऱ्याची? असं वागून तुम्ही स्वत:चीही बेअब्रू करून घेतली आहे आणि आमची आणि आमच्या राज्याचीही शान धुळीला

मिळवली आहे.बिरबल, याला कडक शिक्षा सुनाव चांगली.' बिरबल म्हणाला, 'सरकार, यांना तुरुंगात टाकून काही फायदा नाही. त्याऐवजी मी याला अशी शिक्षा सुनावतो की हा जन्मभर लक्षात ठेवेल.' बादशहा म्हणाला, 'जरूर, जरूर. तू देशील तो न्याय मला मान्य आहे.' मग बिरबल म्हणाला, 'माळ खरेदी करायची ऐपत असूनही लोभापायी ती फुकटात पदरात पाडून घेण्याचा या श्रीमंत माणसानं अपराध केला आहे.

त्यामुळे आता त्यानं ती माळ दुप्पट किंमतीला खरेदी करावी आणि या पठाणाकडे जे काही जडजवाहिर आहे ते सर्व असेल त्या किंमतीला खरेदी करून पठाणाला सन्मानपूर्वक स्वदेशी पाठवावं.' बादशहा ते ऐकून प्रसन्न झाला.

म्हणाला, ‘उत्तम न्याय दिलास बिरबल. आपल्या दरबाराची शान राखलीस. आता हा पठाण स्वत:च्या देशात जाईल तेव्हा आपला न्याय लक्षात ठेवूनच जाईल. सगळीकडे आपल्या न्यायीपणाची कीर्ति पसरेल.’ तो पठाणही भारावलेला होता. त्यानं पुन्हा पुन्हा बिरबलाचे आणि बादशहाचे आभार मानले. अल्ताफला तर बोलायला तोंडच नव्हतं. त्यानं चुपचाप पठाणाकडचा सगळा माल खरेदी केला. त्याला भर दरबारात सगळ्यांच्या समक्षच पैसे दिले. निदान तुरुंगवास तरी टळला याबद्दल त्याला हायसं वाटलं आणि पठाण अत्यंत आनंदानं निघून गेला.

राजहंसाची चोरी

दिल्लीतला एक व्यापारी व्यापारानिमित्त गावोगावी हिंडत असे. कुठेही गेल्यावर त्याला तिथे जे काही नवलाईचं आढळायचं ते तो विकत आणायचा. मोठा रसिक आणि उमद्या स्वभावाचा व्यापारी होता तो. असाच एकदा तो फिरत असताना त्याला एक फासेपारधी राजहंस विकताना दिसला. त्याला ते फारच आवडले. म्हणून त्यानं दोन राजहंस विकत घेतले. एक नर आणि एक मादी. आणि मग तो दिल्लीत आपल्या घरी परत आला. त्याच्या घरच्यांना आणि मुलाबाळांना ते राजहंस इतके आवडले की त्यांच्यावर सगळ्यांचा जीवच जडला. सगळेजण त्यांची प्रेमानं काळजी घ्यायला लागले.

एके दिवशी मात्र कसे कोण जाणे, पण ते दोन्ही राजहंस गायब झाले. कुठे गेले, कुणी नेले की उडून गेले, काहीच कळेना. व्यापाऱ्याला आणि त्याच्या घरच्यांना फारच वाईट वाटलं.

त्याची मुलं तर इतकी रडवेली झाली की त्यांना खाणंपिणं सुचेना. सारखी वडिलांकडे हट्ट करायला लागली, ''आम्हाला आमचे राजहंस परत आणून द्या.'' व्यापाऱ्याला काय करावं ते सुचेना. कारण त्यानं जमेल तितका शोध घेतलला होता. पण कुठेही त्यांचा मागमूस लागला नव्हता. शेवटी तो बिरबलाकडे आला. आपले राजहंस चोरीला गेल्याची त्यानं तक्रार नोंदवली. बिरबलानं सगळी चौकशी केली. राजहंस कुठे ठेवले होते, तिथे कोण येतं, कोण जातं, कोण त्यांची देखभाल करतं... वगैरे वगैरे. चौकशीअंती त्याच्या लक्षात आलं की घरची मंडळी आणि नोकरचाकर यांच्याखेरीज कुणीही नवखं तिथे आलं नव्हतं. याचा अर्थ नोकरांपैकीच कुणीतरी चोर असला पाहिजे. म्हणून त्यानं व्यापाऱ्याकडच्या सगळ्या नोकरांना बोलावून घेतलं. त्यांना एका रांगेत उभं करून त्यांची कसून तपासणी केली.

बिरबल जेव्हा आपल्या भेदक नजरेनं त्यांच्याकडे रोखून पाहात होता तेव्हा एक नोकर नजरेला नजर द्यायचं टाळतोय असं बिरबलाच्या लक्षात आलं. अचानक बिरबल आपल्या आसनावर जाऊन बसला आणि म्हणाला, ‘‘चोर सापडला. इथेच आहे तो. त्याच्या पगडीत राजहंसाचं पीस अडकलेलं आहे. ते काढायचं तो विसरुनच गेलेला दिसतोय. पण बरं झालं, त्यामुळेच तर तो सापडला ना!’’

हे ऐकताच बिरबलाची नजर चुकवणाऱ्या नोकरानं चटकन आपला हात पगडीकडे नेला. हातानं चाचपून तो पीस कुठे चिकटलंय ते पहायला लागला. त्याबरोबर बिरबलानं शिपायांना खूण केली. शिपायांनी त्याला रांगेतून बाहेर खेचलं आणि चाबकाचे दोन फटके हाणले. त्यासरशी तो रडायलाच लागला. गयावया करत म्हणाला, ‘‘सरकार, मी चुकलो. मला माफ करा. मीच त्यांची चोरी केली. मी ते पोत्यात घालून हळूच बाहेर नेले आणि भरपूर पैसे घेऊन दुसऱ्या एका माणसाला विकले.’’

बिरबल म्हणाला, "चल, आम्हाला तिथे घेऊन चल. ते जर परत मिळाले नाहीत, तर तुला आयुष्यभर तुरुंगात बसावं लागेल."

थरथर कापत त्या नोकरानं सगळ्यांना आपल्यासोबत यायला सांगितलं. ज्याला त्यानं ते राजहंस विकले होते त्या माणसाच्या घरी तो सर्वांना घेऊन गेला. तिथे ते दोन्ही राजहंस सुखरूप सापडले.

बिरबलानं ते जप्त केले आणि त्या नोकराला चोरी केल्याबद्दल आणि त्या माणसाला चोरीत सहभागी झाल्याबद्दल शिक्षा केली. आपले राजहंस परत मिळालेले पाहून व्यापाऱ्याला खूप आनंद झाला. त्यानं बिरबलाचे मनापासून आभार मानले आणि तो ते राजहंस घेऊन घरी आला. आपल्या बाबांनी आपले लाडके राजहंस परत आणलेले पाहून त्याची मुलं इतकी हरखून गेली की सांगता सोय नाही.